व्यंकटेश माडगूळकर

जांभळाचे
दिवस

मेहता
पब्लिशिंग
हाऊस

JAMBHALACHE DIVAS by VYANKATESH MADGULKAR

जांभळाचे दिवस / कथासंग्रह

व्यंकटेश माडगूळकर

© ज्ञानदा नाईक

मराठी पुस्तक प्रकाशनाचे हक्क मेहता पब्लिशिंग हाऊस, पुणे.

प्रकाशक : सुनील अनिल मेहता, मेहता पब्लिशिंग हाऊस, १९४१, सदाशिव पेठ, माडीवाले कॉलनी, पुणे - ३०.

अक्षरजुळणी : इफेक्ट्स, २१/६ब, आयडिअल कॉलनी, कोथरूड, पुणे - ३८.

मुखपृष्ठ व मांडणी : चंद्रमोहन कुलकर्णी

मुखपृष्ठावरील लेखकाचे छायाचित्र
शेखर गोडबोले

प्रकाशनकाल : १९५७ / १९६१ / २००२ / मेहता पब्लिशिंग हाऊस यांची चौथी आवृत्ती मे, २०१२ / मे, २०१३ / पुनर्मुद्रण : ऑगस्ट, २०१७

P Book ISBN 9788184983739
E Book ISBN 9789386888013
E Books available on : play.google.com/store/books
www.amazon.in/b?node=15513892031

अनुक्रम

१

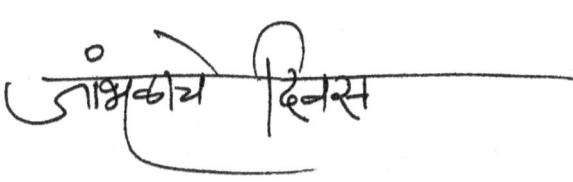

शाळेला मे महिन्याची सुट्टी लागली आणि मी गावी आलो, तेव्हा जांभळाचे दिवस होते. दुपारी सुम्म उन्हं पडत आणि मला करमत नसे. गावापासून पाऊण मैल अंतरावर माण नदी होती. नदीच्या काठाने लेंडी जांभळाची व मुटक्या जांभळाची झाडे पुष्कळ होती. गावातल्या प्राथमिक शाळेत होतो, तेव्हा शाळासोबत्यांबरोबर अनेकदा मी माणच्या काठाने हिंडून ही रसाळ जांभळं खात असे. ते शाळासोबती आता मोठे बापई झाले होते, गुराढोरांचा आणि शेतकामाचा व्याप त्यांच्यामागे लागला होता. माझ्याबरोबर जांभळाला येण्यासाठी त्यांपैकी कोणीच मोकळे नव्हते. शिवाय, गेली पाच-सहा वर्षें मी सांगलीला असल्यामुळे त्यांचा-माझा संबंध तुटला होता; माझ्याविषयी त्यांच्या मनात बुजारपणा निर्माण झाला होता. कधी गाठ पडली तर ते थांबत. बोलणे होई.

"कवा आला यंका?"

"आलो परवा दिवशी."

"हाय बरे?"

"होय."

"आता कितीदा न्हायाचं?"

"महिनाभर तरी राहणार. सुट्टीच आहे."

"मग हाय बरं. पान खाता का?"

"मी नाही खात."

मग उभ्या-उभ्याच माझा तो शाळासोबती वाळलेले एक पान खाई. थोडीशी सुपारी मला देई, ती काही मला नाकारता येत नसे. पान खाऊन झाल्यावर तो म्हणे, "मग, द्या परवानगी आमास्नी."

"का, घाई आहे?"

"घाई रोजचीच की हो. साळंला सुट्टी मिळती, पर आमच्या या साळंला कुठली सुट्टी? शेरडं घेऊन जायाचं हाय रानात. जाऊ का?"

"बराय."

कमी-जास्त प्रमाणात पण अशीच काहीशी भाषा जुन्या शाळासोबत्यांबरोबर होई. कोणी रानात येण्याचा आग्रह करी, कोणी बरोबर घेऊनही जाई. भुईमुगाच्या शेंगा व गूळ, शेरडीच्या दुधाचा चहा – असले काही खाणेपिणे होई; परंतु पूर्वीसारखे कोणी जांभळाला माझ्याबरोबर येत नसे. मग मी एकटाच नदीकाठी जाऊ लागलो. दुपारच्या वेळी जाऊन जांभळाची झाडे वेधू लागलो. झाडीत छान गारवा असे. नाना प्रकारचे वास हवेत मिसळलेले असत. तांबड्याभडक चोचीचे टिप्पे राघू फांदीवर उलटे-सुलटे होऊन जांभळं खात असत. अवजड अंगाच्या व बोजड चोचीच्या धनछड्या आधाशीपणे जांभळं गिळीत असत. लाजरे भारद्वाज झाडीतून फिरत असत. कोकिळा गात असत. साळुंक्या मंजुळ बोलत असत आणि या पाखरांच्या जोडीने मी जांभळं खात, झाडापाठोपाठ झाड हिंडत असे. वेळ कसा सुरेख जाई! जांभळं खाऊन पोट भरे, जीभ गर्द जांभळी होऊन जाई. अंगावरचे कपडे जांभळांनी डागाळत.

मनमुराद जांभळं खाऊन झाल्यावर मी खाली उतरून नदीत येत असे. माणेचा निळ्या रंगाचा डोह उन्हाने छान तापलेला असे. अंगातले कपडे काढून ते मी दगडाखाली ठेवीत असे आणि त्या उष्ण डोहात डुंबत असे. बुड्या मारून-मारून माझे डोळे तांबडेलाल होत. हाताचे तळवे पांढरट होऊन बोटांना सुरकुत्या पडत. मग मी बाहेर येऊन गरम वाळूत बसत असे. ती मऊ-मऊ वाळू मुठीमुठीने मांड्यांवर, पोटावर सोडत असे. ओले अंग वाळून गेले व वाळू अंगाला चिकटून राहिली म्हणजे पुन्हा धावत जाऊन मी थबालकन डोहात पडत असे.

उन्हं उतरू लागली, तिसरा प्रहर टळून गेला म्हणजे स्वच्छ शरीराने आणि आनंदी मनाने मी घराच्या वाटेने परत येत असे.

बरेच दिवस माझा हा कार्यक्रम चालू होता.

अशाच एका दुपारी, जांभळाच्या झाडावर असताना खाली 'हर्येऽ हर्येऽ' असा बाईमाणसाचा शब्द ऐकला आणि वाकून पाहिले. काळ्या बांड्या शेरडांचा एक लहानसा कळप डोहावर पाणी पीत होता आणि डगरीवर उभी राहून मुसलमानाची चमन ओरडत होती, ''हर्येऽ हर्येऽ, पानी पिओना मुद्दे!''

काही शेरडं पाणी पीत होती, उनाड बोकडे डगरा-खडकांवरून उड्या हाणीत होती. चमनच्या 'मुद्दे' म्हणण्याचा त्यांच्यावर काही परिणाम झाला नाही.

डगरीवर उभी राहिलेली चमन, ती काळी बांड शेरडं, मागचे निळे आकाश, शेलाटी झुडपे या सगळ्यांचे प्रतिबिंब स्वच्छ डोहात पडलेले मला वरून दिसत होते.

आता मुसलमानाची चमन केवढी मोठी झाली होती. पूर्वींप्रमाणे गुडघ्यापर्यंत लांब असे एक चिटाचे झबले आणि त्या खाली मळका चोळणा – असला पोशाख आता तिच्या अंगावर नव्हता; कोष्ट्याने हातमागावर काढलेले सर्णंग ती नेसली होती. लहानपणापासूनच चमनची अंगकाठी शेवरीच्या झाडासारखी उंच आणि छेलकाठी होती. चमनसारखे रूप उभ्या गावात कुणाचेही नव्हते. सोजीच्या लाट्यासारखी ती गोरी होती. मक्याच्या कणसासारखी तिच्या अंगाची कांती होती. वयात आल्याबरोबर तिच्या शहाण्या बापाने तिचे लग्न लावून टाकले होते आणि बरेच दिवस चमन सासरी होती.

गेले आठ महिने ती इथेच होती. तिला नवऱ्याने टाकली आहे, असे मला कळले होते. पलीकडे डगरीवर असलेल्या करंजाच्या गार सावलीला चमनची शेरडं तोंडे हलवीत बसली आणि चमन नदीत उतरली. धारेत उभे राहून ती खाली वाकली. तिने हातपाय धुतले, तोंड धुतले, चुळा टाकीत व पायाने पाणी उडवीत ती अलीकडील काठाशी आली.

माझ्यापासून थोडे दूर असलेले मुटक्या जांभळाचे झाड तिने बघितले. जांभळाचे घोसच्या घोस लहडले होते. तोंडाला सुटलेल्या पाण्याचे घुटके घेत चमन वर बघत उभी होती.

मी वानरासारखा गप्प बसून होतो. जांभळाच्या झाडाची एक डहाळी अगदी खाली होती. टाचा उंचावून व हात वर करून ती धरता येते का, हे चमनने पाहिले. हा अंदाज घेऊन झाल्यावर तिने जाग्याच्या जागी उडी मारली. जांभळाच्या घोसाला तिचा फक्त स्पर्श झाला. उडीच्या हादऱ्याने चमनचा पदर पडला, छाती हिंदकळली. मग तिने पुन्हा उडी मारली, पुन्हा उडी मारली! जांभळाचा घोस काही तिच्या हाती येईना. यानंतर छातीवर हात ठेवून तिने इकडे-तिकडे बघितले. मग पडलेला पदर कमरेशी खोचून तिने दगड गोळा केले. एक दगड हातात घेऊन घोसाच्या दिशेने तो तिने वर फेकला. परंतु तो दगड झाडाकडे न जाता माझ्याकडे तिरका आला

आणि डहाळीपर्यंत न पोहोचताच वाळूत पडला. चमनला दगडाने काही पाडण्याचे शास्त्रच माहीत नव्हते. ती आपली गजगे फेकावेत तशी दगड फेकीत राहिली आणि एकही जांभूळ पडेना. मग चमन थकली. झाडावर दगड फेकायचे सोडून ती खाली पडलेली, पाखरांची उष्टी जांभळं वेचून खाऊ लागली.

मग मी बसल्या फांदीवरून हळूहळू खाली उतरलो आणि धपकन खाली उडी टाकली. चमन केवढ्यांदा दचकली! तिच्या तोंडातून अस्फुट किंकाळीदेखील बाहेर पडली. समोर मी दिसताच धडकत्या छातीवर हात ठेवून ती जमिनीकडे पाहू लागली. मी विचारले, ''भ्यालीस काय चमन?''

यावर चमनने डोळे वर उचलले आणि हसून म्हटले, ''भ्यावं असं केलंच तुम्ही.''

तिने मला 'अहो' म्हटले, ते कसेसेच वाटले. आम्ही एकमेकांना ओळखत नव्हतो, असे नव्हते. एवढ्याशा वस्तीचे गाव असले म्हणजे कुणी कुणाला ओळखत नाही, असे घडत नाही. शिवाय चमन माझ्याबरोबरची होती. पूर्वी कधी फारसे बोलणे-चालणे जरी घडले नाही, तरी 'अहो-जाहो' म्हणण्याइतका काही मी परका नव्हतो.

मी म्हटले, ''एवढी भित्री आहेस, तर एकटी येतेस कशाला नदीला?''

यावर मात्र धीटपणाने चमनने माझ्याकडे पाहिले. ती डोळ्यांची भाषा मला समजली.

''जांभळं पाहिजेत का?''

''काढलीत का तुम्ही?''

''काढली काही नाहीत, पण तू म्हणशील तर मी काढून देईन.''

''आम्ही काढून द्या कसं म्हणावं? तुम्ही दिलीत तर मात्र घेतली पाहिजेत.''

शेजारी मुटक्या जांभळाचे एक उंच झाड होते. खारीसारखा मी त्याच्यावर चढू लागलो. चमन म्हणाली, ''हे झाड फार उंच आहे, बुटके बघून चढा की!''

पण माझ्या अंगात भलताच आवेश आला होता. चमनसाठी मी गुलबकावलीचे फूलसुद्धा आणले असते; जांभळाचा काय पाड! त्या सरळसोट झाडावर मी चढून गेलो. चमन सारखी खालून म्हणत होती, ''सांभाळून चढा, जांभळीचं झाड ठिसूळ असतं हो!''

मी वरून ओरडलो, ''चमन, मी फांदी हलवतो. जांभळं खाली पडतील, ती तू वेच.'' आणि जांभळांनी लहडलेली एक फांदी मी गदगदा हलवली. टपाटपा जांभळं खाली पडली. चमनच्या अंगावर पडून ती रसाळ जांभळं फुटली. तिच्या साडीवर जांभळी खडी निघाली.

''हलवू नका, हलवू नका.''

तरीही फांदी हलवीत मी ओरडून म्हणालो, "वेच तू."

"नका-नका, सगळी जांभळं फुटून जाताहेत."

"मग काय करू?"

"मी पदर धरून उभी राहते. तुम्ही घोस तोडून आल्लाद माझ्या ओट्यात टाका."

मी खाली वाकून पाहिले. खांद्यावरचा पदर काढून चमनने ओटा पसरला होता आणि ती वर बघत होती. एक मोठा घोस तोडून मी म्हणालो, "घे हा चमन, टाकतो."

"टाका."

मी घोस ओट्यात म्हणून टाकला; पण तो चमनच्या छातीवर पडला. 'ईऽ' करून ती ओरडली. तिची चोळी रंगली, अंग रंगले.

"काय हे? मला नकोत तुमची जांभळं!"

"काय झाले चमन?"

हाताने छाती पुशीत चमन बोलली, "ओट्यात टाका म्हटलं, तर अंगावर टाकता."

"अगं, मी ओट्यात टाकला होता. तुला झेलता आला नाही. हां, आता बघ नेमका टाकतो."

चमनने पुन्हा ओटा पसरला. जांभळाचे किती तरी रसाळ घोस मी तिच्या ओट्यात टाकले.

"पुरो आता, उतरा."

"पुष्कळ आहेत अजून."

"असू घ्यात. तुम्ही उतरा."

"ओटा भरला का?"

"भरला. तुम्ही उतरा."

"अगं, मला खाऊ देत ना?"

"खाली या. ही चांगली आहेत, यातलीच खाऊ."

मग मी सरासरा खाली उतरलो. जांभळांनी गच्च भरलेला ओटा धरून चमन उभी होती.

"तुला घरी न्यायची नाहीत का?"

"घरी कोण आहे खायला? इथंच खायची."

मग आम्ही सावलीत जाऊन बसलो. करंजाची छान सावली होती. मऊ वाळूत समोरासमोर असे आम्ही बसलो. टपोरी आणि काळी-काळी जांभळं वेचून ती माझ्या हातात देत चमन म्हणाली, "ही बघा कशी गोड लागतात."

मी जांभळं तोंडात टाकू लागलो. साखरेसारखी ती माझ्या जिभेवर विरघळू लागली. चमनच्या तोंडात जांभूळ फुटले की ती 'सू' असा आवाज करी, मिटक्या मारी. रस गिळताना तिचे डोळे मिटत आणि पुन्हा उघडत.

अठळ्यांचा ढीग जमला. आपली जीभ बाहेर काढून तिरप्या डोळ्यांनी ती बघत चमन म्हणाली, "बाई गं, किती माझी जीभ रंगली! बघू तुमची?"

मी जीभ काढून दाखवली.

"माझ्यापेक्षा तुमची कमी रंगलीय."

सगळी रसाळ जांभळं संपल्यावर बाकीची चमनने वाळूत फेकून दिली. ती म्हणाली, "चला आता. मला शेरडं घेऊन आमच्या रानात जायचं आहे."

"गावात नाही का येणार?"

"त्या तिथे रानात माझा बाबा आहे, आई आहे. आम्ही सगळी मिळून गावात जाणार!"

पदर झाडून चमन उठली आणि डगरीकडे चालू लागली. मी तिच्या मागोमाग गेलो.

सावलीला बसलेली शेरडं उठली.

"उद्या येणार का चमन जांभळाला?"

"तुम्ही?"

"मी येणार."

"मी रोजच इकडं येते – शेरडांना पाणी पाजायला."

तरवडाच्या फोकेने शेरडं हाकीत चमन रानाकडे जाऊ लागली. तिच्या पाठमोऱ्या आकृतीकडे बघत मी उभा राहिलो.

दिवस मावळायला आला होता.

दुसऱ्या दिवशी मी डोहात डुंबत असताना चमन आली. डोहात स्वच्छ ऊन पडले होते. खालचा तळ दिसत होता. बुडी मारून मी पाण्यात फिरत होतो. चमन खडकावर बसून मासा पाहावा तशी मला पाहत होती.

"जांभळं खायची का आज?"

खडकावर फोक आपटीत चमन म्हणाली, "तुम्ही दिली तर खायची."

"मी आज काढून ठेवलीत."

पाण्याने निथळत मी वर आलो आणि खडकावर बसून चमनला विचारले, "तुला येते का पोहायला?"

चमन लाजून हसली आणि गळ्याला हनुवटी लावून म्हणाली, "नाही बाई."

ओली चड्डी तशीच ठेवून उघड्या अंगाने मी सावलीत बसलो. अंगरख्याखाली

झाकून ठेवलेली जांभळं उघडी करून म्हणालो, ''ये चमन.''

आसपास कोणीही नव्हते. समोर माणेचे वाळवंट उन्हात चमकत होते. पलीकडच्या काठावर असलेली जांभळाची झाडे नि:शब्द उभी होती. मधूनच साळुंक्या बोलत होत्या, टिप्पे राघू भरारत होते.

बरीच जांभळं खाऊन झाल्यावर मी विचारले, ''एकटी डोहावर येतेस – पाय घसरून पडलीस तर?''

मिश्किलपणे हसत चमन म्हणाली, ''पोहून वर निघेन!''

''मग मघाशी काय म्हणालीस, मला पोहता येत नाही!''

''खोटं सांगितलं.''

''का?''

''उगीच!''

मग मी उन्हात जाऊन बसलो. जांभळं खायची सोडून उघड्या अंगावर मुठीमुठीने वाळू सोडीत बसलो. चमन एकटीच सावलीला बसून जांभळं खात होती. माझे अंग कोरडे झाले आणि पाठीला उन्हं चपाचपा लागू लागली, तेव्हा मी उठलो. वाळूत पावले घुसवीत डोहाकडे आलो. काठाशीच पाण्यात शिरून, उताणा डुंबत राहिलो. चमन समोरच्या खडकापाशी आली आणि पाण्यात पाय सोडून बसली. वाकूनवाकून ती आपले रूप पाण्यात बघत होती आणि माथ्यावरचे भुरे केस सावरीत होती. जराशाने ती पाठमोरी झाली आणि खडकाला हात धरून छातीपासून खालचे अंग तिने पाण्यात सोडले.

मी ओरडून म्हटले, ''आत ये कीऽऽ''

''नको, डोहात साती आसरा आहेत. त्या मला ओढून नेतील.''

''मी नेऊ देणार नाही, ये.''

''मी नाही बाई!''

तिच्या दिशेने सूर मारीत मी म्हणालो, ''थांब, मीच ओढतो.''

चमन पटकन बाहेर निघाली. अंगाचा संकोच करून खडकावर उभी राहिली.

''नको-नको, माझं डोकं भिजेल. कोरडं नेसायला नाही काही.''

ते ओले लावण्य बघून मी चकितच झालो!

काही दिवस गेले.

दिवस उतरू लागला होता आणि जांभळाच्या झाडाखाली मी अन् चमन बसलो होतो.

''चमन, तू सासरी का जात नाहीस?''

''मला नवऱ्यानं टाकलीय.''

"का?"

आपल्या गुलाबी तळव्यांनी वाळू गोळा करीत चमन म्हणाली, "माझं रूप त्याला नको झालंय."

मला आश्चर्य वाटलं! असला मुलखावेगळा नवरा कसा? चमनला टाकली म्हणजे तो हिच्यापेक्षा रूपाने जास्ती आहे का? मग तो राजबिंडाच पुरुष असला पाहिजे. माझे मन असूयेने भरून गेले.

"तो तुझ्यापेक्षा जास्ती देखणा आहे?"

चमनने नकारार्थी मान हलवली.

"मग का टाकली त्याने तुला?"

"माझा नवरा बुटका आहे, रंगानं काळाभोर आहे. त्याच्या तोंडावर देवीचे व्रण आहेत. नाक मोठं आहे. तुम्ही त्याला बघाल तर नवल कराल!"

"अगं, मग त्याने तुला टाकली, का तू त्याला सोडून आलीस?"

"मी कशाला सोडून येऊ? गावात आमचं मटणाचं दुकान आहे, घर आहे, चांगली शेतीवाडी आहे. मी आनंदात नांदत होते त्याच्यापाशी."

"मग झाले काय?"

"त्यानंच मला सोडलं. गावातले लोक त्याला चिडवायचे. म्हणायचे, कशी तुझी बायको आणि कसा तू? जिथं जाईल तिथं लोक त्याला हसायचे. मग तो चिडून घरी यायचा आणि मला मार-मार मारायचा. मला म्हणायचा, तू मला शोभत नाहीस."

"मूर्ख लेकाचा!"

"मला म्हणायचा, 'तू मला सोडून दुसऱ्याबरोबर जाशील' आणि सारखा माझ्यावर पाळत ठेवायचा. सारखा माझ्या मागे असायचा. बाहेर गेला की मला कोंडून घालायचा."

त्या आठवणीने चमनचा चेहरा कष्टी झाला. तिचे डोळे ओलावले. नाकपुड्या थरथरू लागल्या. पदराने नाक पुसून ती म्हणाली, "पुष्कळ दिवस असं चाललं. मग एकदा त्यानं मला मार-मार मारली आणि घराबाहेर काढली. म्हणाला, 'पुन्हा माझ्या घरी येऊ नकोस.' मग मी बापाकडे आले आणि राहू लागले. आता मी नाही त्याच्याकडे जायची!"

काय बोलावे, हे मला सुचेना. चमनचे दु:ख ओसरण्यासाठी काय करावे, हे कळेना. तिला तशीच सोडून मी उठलो आणि उंच जांभळीवर चढलो. जांभळं खिशात साठवू लागलो.

काही वेळाने चमन उठली आणि तिने धारेत जाऊन तोंड धुतले. हातपाय धुतले. बराच वेळ ती धारेत होती. मी वरून बघत होतो. मग हसऱ्या चेहऱ्याने ती

जांभळीखाली आली आणि खांद्यावरचा पदर काढून म्हणाली,

"मला टाका की – पदरातच हां!"

मी भराभरा घोस टाकले. चमनचा ओटा भरला. ती ओरडून म्हणाली, "पुरे आता, उतरा."

"ओटा भरला का?"

"भरला; उतरा."

मी खाली उतरलो. भुरे केस सावरीत चमन म्हणाली, "चला आता सावलीला."

मग आम्ही गर्द सावलीला जाऊन समोरासमोर बसलो. आपल्या ओट्यातली रसाळ आणि काळी-काळी जांभळं वेचून चमन ती मला देत राहिली.

जांभळाचे दिवस फार लवकर संपले!

२

पंच्याण्णव पौंडांची मुलगी

संध्याकाळचे पाच वाजले. उन्हं सौम्य झाली. शहराच्या मध्यभागी असलेल्या मोठ्या बागेकडे लोक हवा खाण्यासाठी येऊ लागले. शेंगावाले, चणेफुटाणेवाले, भेळवाले ओरडू लागले आणि एकाएकी रंगीत चिमण्यांचा थवा चिवचिवाट करीत आभाळातून जमिनीवर उतरावा तशा पाच-सहा मुली बागेच्या मोठ्या फाटकापाशी आल्या. गावरान शेंगावाला, चणेफुटाणेवाला, भेळवाला... सगळ्यांना डावलून त्या फाटकाशेजारीच असलेल्या वजन करण्याच्या यंत्राकडे आल्या.

यंत्रासाठी मुद्दाम बनविलेल्या एखाद्या मोठ्या लाकडी कपाटासारखे असलेल्या घरात यंत्राशेजारच्या स्टुलावर महादेव बसला होता, तो बावरून उभा राहिला. त्या मुलींच्या घोळक्यातून एक तरुण मुलगी आत आली आणि मान तिरकी करून तिने महादेवला विचारले, ''चालू आहे ना यंत्र?''

एखादा हिरव्यागार डेलियाच्या शेंड्यावर उमललेले गुलाबी फूल दिसावे, तशी ती महादेवला दिसली. हिरव्या साडीचा घोळ आवरून ती पायट्यावर चढण्याच्या बेतात होती. तिचा उभट चेहरा महादेवच्या चेहऱ्यापासून फार तर तीन फुटांवर असेल. स्नो-पावडरचा सुरेख वास महादेवला आला आणि हसरा चेहरा अन् मोठे

डोळे असलेल्या त्या सुंदर मुलीला काय उत्तर द्यावे, हे त्याला सुचेना. कसेसेच हसून त्याने खाली पाहिले आणि खांदे उंचावून ती सुरेख मुलगी पण हसली. हसता-हसता मुरडून तिने मागे उभ्या असलेल्या मैत्रिणींकडे बघितले. वाऱ्याने वेल हलावी तशी ती हलली आणि मग आपला लहानसा गोरापान पाय उचलून तिने पायट्यावर ठेवला, मग दुसरा ठेवला. यंत्राच्या उभ्या चिरीत नाणे टाकले. 'खर्र खट्ऽऽ' आवाज झाला. तिकीट येऊन यंत्राच्या ओंजळीत पडले. ते उचलून घेऊन ती पायट्यावरून खाली उतरली. मागच्या मुली चिवचिवल्या, "ए, किती गं?"

"भविष्य बघ आधी."

"मागे फोटो कुणाचा आहे? अय्या दिलीपकुमार!"

मग सगळ्या मुली तिच्याभोवती जमल्या. रंगीत पदर फडफडले, पातळे सळसळली, रिबिनी चमकल्या. महादेव गोंधळून बघत होता. पुन्हा ती मुलगी हसली. एखादा पाण्याचा झरा खळखळावा तशी; स्वच्छ, सहज, अवखळ. बासरीतून निघावा तसा तिच्या गळ्यातून आवाज निघाला, "अगं, फक्त पंच्याण्णव पौंड."

"पुष्कळ झालं की! माझं तर ऐंशीच आहे."

"नाहीं-नाही. निमे, आणखी पाच पौंड जर वाढवलेस, तर छान दिसशील तू. उंचीच्या मानानं तेवढं पाहिजे गं!"

"अगं, पण कसं वाढवायचं? मी किती प्रयत्न करते; पण वाढतच नाही."

"अंडी खा, अंडी –"

"शी: कशी ती खायची?"

फुटबॉलसारखा गोल गरगरीत गुजराती, त्याची सोनेरी चष्मा लावलेली किडकिडीत बायको आणि दोन मुले फाटकातून बाहेर आली. वजनाच्या यंत्रापाशी जाण्याचा रस्ता अडवून उभ्या राहिलेल्या या मुलीकडे बघून गुजरात्याने हातात धरलेला धोतराचा सोगा सोडला. त्याची गुबगुबीत मांडी झाकली. खांद्यावरचे मूल एका हाताने सावरीत, दुसऱ्या हाताने त्याने नाक चोळले आणि मऊ आवाजात म्हटले, "बाई, जरा बाजू देनार का?"

जवळ दगड पडताच चिमण्या उडाव्यात तशा त्या मुली पांगल्या. हसत-खिदळत फाटकातून आत शिरल्या. दिसेनाशा झाल्या.

महादेव बघत होता. त्याच्या छातीतली धडधड अद्याप चालू होती. तापलेली कानशिले अजून निवली नव्हती. आपल्या दोन्ही हातांचे काय करावे, हे त्याला कळत नव्हते. ते कुठे ठेवावेत, हे समजत नव्हते. ते उगीचच वर, खाली, बाजूला होत होते. आपला श्वास असा जोराने का होतो आहे, हेही त्याला कळत नव्हते.

तो गोल गुजराती त्याच्यासमोर उभा राहून विचारीत होता, "ए पोऱ्या, चिल्लर

हाय काय तुज्यापाशी?''

महादेव सावरून उभा राहिला.

''काय?''

''अरे, तुज्यापाशी चिल्लर हाय काय रुपयाची?''

महादेवाने आखूड चड्डीच्या खिशात हात खुपसले. शर्टचा खिसा बघितला. यंत्राच्या चावीखेरीज हाताला काही लागले नाही. तेव्हा तो उगीचच गोंधळून एकदम म्हणाला, ''चिल्लर ना शेठ? आहे, आहे की.''

मग त्याला वाटले की, आपण खिशात कशाला बघतोय? सुटी नाणी सगळी यंत्रांत आहेत. मोड ठेवलेले कातडी पाकीट यंत्राच्या कप्प्यात आहे. घाईने चावी लावून त्याने छोटे दार उघडले आणि कातडी पाकीट बाहेर काढले. शेठच्या हातातली नोट घेऊन त्याला सोळा आणे दिले. पायट्यावर चढताना शेठची बायको नाणे चिरीत घालू लागली, तेव्हा घाईने महादेवाचा हात चिरीवर गेला.

मख्खपणे बाई पायट्यावर चढली आणि तिने नाणे टाकले. गुजरात्याने तिकीट बघितले. तो म्हणाला, ''नव्वद पौंड.'' आणि त्याने भविष्य वाचले, ''नुकशानीचा पाया असलेले अपयश! काय तरी लिवत्यात लेकाचे! फायदा-नुकशानी यांना काय शमजती?''

मग ती पोरे आली. त्यांनी वजन केले. गुजरात्याने स्वत:चे वजन केले. सगळे कुटुंब वजन समजावून घेत रस्त्याने चालू लागले. त्यांच्यानंतर एक म्हातारा आला. नाणी सरकत होती, तिकिटे पडत होती. लोक भेळ खात होते, हवा खात होते, वजन करीत होते. चैन म्हणून हवा खायची, चैन म्हणून भेळ खायची, चैन म्हणून वजन करायचे. संध्याकाळचे सोनेरी ऊन बागेवर पडले होते. थंड वारा वाहत होता. माणसे हिंडत होती. हिरवळीवर बसत होती, बाकावर बसत होती. हळूहळू बागेतली गर्दी वाढत होती.

महादेव उभा होता, तो स्टूलावर बसला. आता कोणी येत नव्हते आणि जरी आले तरी यंत्र आपोआप काम करीत होते. मग थोडे बाहेर डोकवायला काय हरकत आहे? पण काय डोकवायचे? बाग काय आज नव्याने दिसत होती? माणसे काय आज नव्याने दिसत होती? हे रोजचेच आहे. दोन वर्षे महादेव इथे नोकरी करीत होता, मग त्याला मुद्दाम डोकावण्यासारखे बागेत होते काय?

महादेव उभा राहिला. पाठमोरा वळला. यंत्रांच्या कपाळावर आरसा होता, त्यात बघून त्याने भांग नीट केला. त्याचा रंग चांगलाच काळा होता. भुवया जाड होत्या. गालांवर मुरमाच्या चार-दोन पुटकुळ्या तरारल्या होत्या आणि ओठांवर व हनुवटीवर पातळ केस दिसू लागले होते.

खिशात हात कोंबून तो त्या रंगीत कपाटाबाहेर आला. फाटकापाशी उभा राहून

बागेत बघू लागला. हिरवीगार बाग माणसांनी फुलून गेली होती, रंगीबेरंगी झाली होती. किती बायका होत्या, किती मुलं होती, किती पुरुष होते! बायका बसल्या होत्या. हळूहळू हिंडत होत्या. पुरुष बोलत होते, मुले पळत होती, हाका मारीत होती. वाऱ्याने फुलांचा ताटवा हलावा तशी बाग हलत होती. मधमाशा गुणगुणाव्यात तशी गुणगुणत होती. बागेत लोकांच्या रंजनासाठी पाखरं ठेवली होती, रानातली जनावरं ठेवली होती. संध्याकाळ होत होती, दिवस मावळत होता; म्हणून मोर ओरडत होते. कबुतरं घुमत होती, चिमण्या चिवचिवत होत्या. महादेवाची नजर पाळल्या कबुतरासारखी बागेवरून फिरत होती, पण ओळखीचा चेहरा दिसत नव्हता. इथे-तिथे पातळे सळसळत होती, पदर फडफडत होते, रिबिनी चमकत होत्या. महादेवाची नजर इकडून तिकडे फिरतच होती. ओळखीचा चेहरा दिसत नव्हता.

मागून कुणी तरी ओरडले, "ए वजनवाला, अरे हे तिकीट अडकून बसलं की!"

गडबडीने महादेव परत कपाटात आला. यंत्राचे दार उघडून त्याने तिकीट काढून दिले. त्याच्यापेक्षा उंचीने थोडे जास्त आणि रंगाने तांबडे लाल असलेल्या यंत्रापाशी तो उभा राहिला. त्याची नजर बागेतून फाटकाबाहेर पडणाऱ्या माणसांभोवती घुटमळू लागली. अंधार पडू लागला. रस्त्यावरचे आणि बागेतले पारव्या रंगाचे दिवे प्रकाश टाकू लागले. समोर आडव्या असलेल्या रस्त्यावरून प्रकाशाचे झोत टाकीत मोटारी धावू लागल्या. सायकली पळू लागल्या. फुटपाथवरून माणसांची गर्दी जाऊ लागली. पारव्या दिव्यांभोवती किडे फिरू लागले. पारव्या प्रकाशाने रंग बदललेली माणसे फाटकातून बाहेर पडून घराकडे जाऊ लागली.

महादेवाने पारवी नळी मघाच पेटविली होती. कपाटात उभा राहून तो सारखा बघत होता. मघाची ती पंच्याण्णव पौंड वजनाची मुलगी कुठे आहे? मघा आत गेलेली ती एकशेतीस पौंडांची पंजाबी बाई सलवार फडकावीत बाहेर पडली. पोटात मूल असलेली शंभर पौंडावाली ती काळी मराठी बाई आणि तिचा लठ्ठ नवरा मुलांना आवरीत मघाच गेला. तो उभ्या-उभ्या भेळ खाणारा आणि पुन:पुन्हा वजनाचे तिकीट बघणारा म्हातारा गेला. आत जाताना ध्यानात राहिले तेवढे सगळे चेहरे बाहेर पडताना पाहिले. पण हिरवी साडी, तांबडे काठ, हळदी ब्लाऊज असलेली ती पंच्याण्णव पौंडांची उंच मुलगी कुठाय? नि त्या हसऱ्या मैत्रिणी कुठे गेल्या? या फाटकाशिवाय आणखी चार छोटी फाटके बागेला होती. त्यांपैकी एकातून ती परत तर गेली नाही? अशी वर, या डांबरी रस्त्याने? मग ती जंगली महाराज रस्त्यावरच्या एखाद्या सुरेख बंगल्यात राहते का? का वाकडेवाडीपलीकडे, मुंबई रोडला असलेल्या बंदरवाल्या बंगल्यांतली ती होती? का पुढच्या फाटकापाशी असलेल्या बसस्टॉपवर

ती तीन नंबरच्या बसमध्ये बसली आणि इकडे खाली, डेक्कन जिमखान्याकडे गेली? अशी कशी गेली ती? आणि मला दिसली कशी नाही? कदाचित आपल्या मैत्रिणींच्या घोळक्यात ती अजून हिरवळीवर बसली असेल. आपल्या एवढ्याशा रुमालातून तिने खारे दाणे आणले असतील आणि खारीप्रमाणे एकेक दाणा कुरतडीत ती अजून गार हिरवळीवर बसली असेल. असेल, अजून काही वेळ झाला नाही.

महादेवाने यंत्राच्या कपाळावर असलेल्या लहान घड्याळाकडे पाहिले. आठ वाजून दहा मिनिटे झाली होती. म्हणजे त्याची नोकरी आणखी फक्त वीस मिनिटे राहिली होती.

आता बागेतून एखाददुसरा माणूस बाहेर पडत होता. भेळवाला आवराआवर करीत होता. फुटाणेवाल्यांच्या गाडीवरचा टेंबा आता विझत आला होता. मघाचा गोंधळ अगदी शांत झाला होता. म्हणजे ती गेली म्हणायची! महादेव स्टूलावर बसला. त्याने वरच्या नळीकडे उगीच पाहिले; खाली पाहिले, गुडघे हलविले, शीळ घातली, समोर पाहिले.

समोरच्या रस्त्यावर आता क्वचित सायकल पळत होती. मोटार धावत होती. तुरळक माणसांची ये-जा चालू होती.

लाल टोमॅटो, पिवळी जर्द शेव, पांढरे चुरमुरे आणि गॅसची बत्ती असलेली भेळवाल्याची गाडी हळूहळू त्याच्यासमोर आली. भेळवाला म्हणाला, "का वजनवाले, किती वाजले?"

महादेवाने चमकून घड्याळाकडे पाहिले. पावणेनऊ वाजत आले होते. दिवा विझवून तो बाहेर आला. कपाट लावून त्याने कुलूप घातले. आपल्या घराकडे चालू लागला. त्याला विलक्षण भूक लागली होती. पंच्याण्णव पौंडांची मुलगी पुन्हा दिसली नाहीच.

दुसऱ्या दिवशी आणि नंतर प्रत्येक दिवशी महादेवाने अधीरपणे वाट पाहिली, पण हिरवी साडीवाली मुलगी पुन्हा दिसली नाही. इतक्या मुली येत होत्या, बसत होत्या, हसत होत्या, शेंगदाणे खात होत्या, वजन करीत होत्या आणि त्यात ती उंच मुलगी मात्र दिसत नव्हती. रोज महादेवाला वाटे, आज ती येईल. संध्याकाळ झाली की फाटकाशेजारी उभा राहून तो बघत राही. मुली येत, तास-दोन तास हिंडत आणि निघून जात. पण त्यात ती दिसली नाही. महादेवाला वाटे, आपण या फाटकाशेजारी उगीच उभे राहिलो. कदाचित ती दुसऱ्या फाटकाने गेली असेल, हिरवळीवर बसली असेल आणि निघून गेली असेल. आपल्याला काय कळणार? त्यापेक्षा ड्युटी सोडून थोडा बागेत हिंडलो असतो, तर बरे झाले असते. पंधरा-वीस मिनिटे हिंडलो, तर कुठे बिघडले? शेठ कशाला बघायला येतो आहे? सकाळी नऊपासून दुपारी

बारापर्यंत आणि पुन्हा तीनपासून साडेआठपर्यंत एका जागी बसून माणसाला कंटाळा नाही का येत? संध्याकाळी थोडा वेळ बागेतून फिरलो तर काही वावगे नाही!

आणि ठरल्याप्रमाणे महादेव बागेत फिरून बघत होता, पण तरीही तिची-त्याची गाठ पडत नव्हती. इतक्या मुली नजरेला पडत होत्या, पण नेमकी ती मात्र दिसत नव्हती. महादेव जेव्हा फाटकापाशी उभा राहून बघत होता, तेव्हा ती दुसऱ्या फाटकाने येत होती का? परस्पर येऊन जात होती का? तो जेव्हा बागेतून हिंडत असे, त्या वेळी ती अद्याप आलेलीच नसे आणि हिंडणे संपवून तो यंत्राशेजारी उभा राहत असे, तेव्हा ती नेमकी येऊन गेलेली असे – असे घडत होते का? महादेवाची आणि तिची चुकामूक होत होती का? रोज चुकामूक? वेगवेगळ्या पद्धतीने पण दररोज चुकामूक होत असली पाहिजे. ती येत होती; जात होती आणि महादेवाला दिसत नव्हती, असे घडत असले पाहिजे. रोज संध्याकाळी महादेवाची निराशा होत होती. स्वच्छ कपडे घालून, केस नीट विंचरून तो रोज वाट पाहत होता आणि त्याची निराशाच होत होती.

सात-आठ दिवस तो असा वाट पाहत राहिला, बागेतून हिंडत राहिला; तरीही ती मुलगी दिसली नाही. त्याने वाट पाहण्याचे सोडून दिले, बागेत फिरायचे सोडून दिले. पुन्हा तो नेहमीप्रमाणे यंत्राशेजारच्या स्टुलावर गंभीर चेहऱ्याने बसून राहू लागला. पुन्हा पहिल्यासारखेच त्याचे दिवस उदास, कंटाळवाणे जाऊ लागले. खरं तर महादेवाचे वय हसण्या-खिदळण्याचे होते. पुलाच्या वाडीतील त्याच्या बरोबरीची पोरे किती उनाड होती. घरापुढूनच वाहणाऱ्या नदीच्या काठाने ती दिवसभर उनाडत, मासे पकडत. आजूबाजूच्या रानातले पेरू चोरून आणत, बिड्या-सिगारेटी ओढत आणि दुसऱ्या गल्लीतल्या पोरांशी मारामारी करित. त्यांच्यापैकी काही जणांपाशी सुरेख चाकू होते. सहज बोलताना ती पोरे 'भोसकीन', 'डेडळा पाडीन' असे शब्द वापरत. गावात काही दंगल झाली की, शिपाईलोक त्यांच्यापैकी काही जणांना धरून नेत. गावातल्या दादालोकांच्या भोवती-भोवती हिंडणारी काही मुले भांगेची हिरवी गोळी खायला शिकली होती. बदफैली बायकांशी ती रस्त्यात बोलत उभी राहत. त्यांनी दिलेला चहा पीत, पानपट्टीच्या दुकानाशी जाऊन पान खात. गांधी टोपी, रेघारेघांचा शर्ट आणि खाली रुंद पायजमा अशा वेषात हिंडणारी, महादेवाच्या बरोबरीची ही मुलं उदास, गंभीर कधीच नसत. रस्त्याने जाणाऱ्या मुलींची ती चेष्टा करून सिनेमाच्या खिडकीशी जाऊन दंगल करित, कसल्याही हरताळ-मिरवणुकांतून धुंद होऊन घोषणा करित. गणपती उत्सवात गुलाल फासून, धुंद होऊन नाचत; मुठेच्या लालभडक पुरात, पुलावर उभी राहून धडाधड उड्या टाकत. बरे, ती सगळीच पोरे निव्वळ उनाडपणा करित, असे नाही. त्यांच्यापैकी काही जण सिनेमाच्या तिकिटांचा काळाबाजार करित. काही जण शेंगा, पेरू, केळी फेरीने

विकण्याचा धंदा करीत. काही जण थिएटरपाशी, मंडईपाशी सायकलीपाठीमागे दोन पैसे घेऊन सायकलस्टँड चालवत. कुणी स्टेशनवर हमाली करीत, कुणी ऑफिसमध्ये वा शाळेमध्ये गड्याची कामे करीत. म्हणजे ती नोकरी करीत होती, पैसे मिळवीत होती आणि तरीही गंभीर की अबोल नव्हती.

महादेव गंभीर होता. त्याला हसू क्वचित येई. लहानपणापासून त्याला सारखी कामे करावी लागली होती. जेवणाचे डबे पोहोचविणे, मुलांना सांभाळणे, भांडी घासणे, अर्धांग झालेल्या माणसाला खुर्चीवर घालून ती रस्त्यावरून हिंडवणे. महादेवाने अनेक ठिकाणी, अनेक कामे केली होती. त्याला कुणी मारले होते, कोणी उपाशी ठेवले होते. सर्व जण सतत टाकून बोलत आले होते. महादेव हसायचे विसरला होता, मोकळेपणाने बोलायचे विसरला होता. तो नेहमी गंभीर असे, एकटा असे.

वाट पाहिली आणि निराशाच पदरी आली; तेव्हा महादेवाने बागेत बघितले नाही, फाटकापाशी बघितले नाही. दिवस जात राहिले. महादेव रोजचे काम करीत राहिला. असा महिना गेला आणि एके दिवशी, ध्यानी-मनी नसताना पंच्याण्णव पौंडांची मुलगी आली. या खेपेला तिच्याबरोबर बुटकी आणि काळी अशी एकच मैत्रीण होती. हिरव्या साडीऐवजी आज तिने मोठमोठे काळे काठ असलेली पांढरी स्वच्छ साडी नेसली होती. खणाचा ब्लाऊज घातला होता. महादेव एकदम बावरून उभा राहिला. त्याच्या काळजात लक् झाले! भेळवाला, शेंगावाला, पेरूवाला... सगळ्यांना डावलून ती महादेवाकडेच आली. फुलाने लहडलेली जाईची फांदी समोर आल्यासारखी महादेवच्या समोर आली. तिचे गुलाबी लहान ओठ विलग झाले. पारव्या दिव्याचा उजेड पडावा तशी ती हसली. तिने विचारले, ''दोन-दोन पैशांची दोन नाणी टाकली तर चालतील का?''

महादेव ही-ही करून हसला आणि त्याने नकारार्थी मान हलविली. ती काळी मुलगी वाईट हसून म्हणाली, ''काय हरकत आहे? एक आणा झाला म्हणजे झालं ना?''

चेहरा गंभीर करून महादेव म्हणाला, ''नाही बाई, चालणार नाही. गिन्नीच पाहिजे.''

यावर तोंडाला रुमाल लावून ती सुंदर मुलगी हसली. असे सारखे हसू तिला कशाचे येत होते आणि कसे येत होते, कोण जाणे. मग भर्रकन ती पायट्यावर चढली, तिकीट घेऊन खाली उतरली.

''अय्या, पंच्याण्णवच की गं!''

''होय! अगं, मग ती दुधाची साय, लोणी, शिरा – सगळ्यांचं झालं काय?''

''सगळं फुकट गेलं! एक पौंडाचासुद्धा फरक नाही!''

काळ्या मुलीने तिच्या हातातले तिकीट हिसकून घेतले आणि भविष्य वाचले, "Your planets give strife and discord – जाल तिकडे लढा आणि

भांडणे हेच तुमचे ग्रहमान.''

"गेल्या खेपेला हेच होतं.''

"मग जाशील तिकडे लढा आणि भांडणं झाली का?''

"अगं, जीवन हाच एक प्रचंड आणि अखंड लढा आहे.''

पंच्याण्णव पौंडांची मुलगी हनुवटी वर करून हसली. काळी मुलगी वाईट हसत म्हणाली, "वाहवा, जीवन हे एक अखंड चाललेले भांडणही आहे.''

यात एवढे हसण्यासारखे काय आहे, हे महादेवाला कळले नाही. पण त्या गोऱ्यापान, सडसडीत मुलीचे ते मोकळे हसू बघून त्यालाही हसू आले. गालातल्या गालात नव्हे, महादेव चांगला मोठ्याने हसला. हातांचे तळवे त्याने चोळले आणि खाली वाकून तो मोठ्याने हसला. त्यासरशी मुलींचे हसणे एकदम बंद झाले.

काळ्या मुलीने मान वळवून रागाने महादेवकडे पाहिले. चार पावले ती पुढे आली व डोळे एवढाले करून म्हणाली, "काय रे, हसायला काय झालं? बराच आहेस की!''

आणि मग एकमेकींच्या दंडाला धरून त्या दोघी बागेत गेल्या. एकमेकीला धक्के मारीत, गुलुगुलु बोलत चालू लागल्या. एकदम थांबलेले त्यांचे हसणेही पुन्हा सुरू झाले.

महादेव गंभीर झाला आणि स्टूलावर बसून राहिला. काळ्या मुलीच्या त्या दटावणीने तो ढेकळासारखा विरून गेला. पुन्हा त्याच्या चेहऱ्यावर ती उदासीनता, डोळ्यांत पहिले कारुण्य आले. पण खरी गोष्ट अशी होती की, या काळ्या मुलीकडे लक्ष का द्यायचे? ती कोण? तिच्या दटावणीला भीक घालायला तिचे वजन काय पंच्याण्णव पौंड होते? ती उंच, सडसडीत आणि गोरीपान थोडीच होती? तिचा चेहरा काय डेलियाच्या फुलासारखा ताजा, टवटवीत होता? ती जवळ येताच, जाईच्या वेलीपाशी जाताच यावा तसा सुरेख वास थोडाच येत होता? मग तिला जुमानावयाचे कारण काय? हां, आता पंच्याण्णव पौंड वजनाची ती मुलगी जर हसली असती, हेटाळणीने तिने जर पाहिले असते, तुच्छतेने ती जर असे बोलली असती; तर तोंडात मारल्यासारखे गप्प बसणे बरोबर होते. पण ही कोण? अरे, सोन्यासाठी चिंधी सांभाळायची! तिची मैत्रीण म्हणून हिच्याशी अदबीने वागायचे; नाही तर विचारतो कोण? बसल्या-बसल्या महादेवाच्या मनात हे विचार आले आणि तो तडफेने उठून उभा राहिला. यंत्रावर फडके मारू लागला. पाठीमागे लावलेले गुरू नानक, महात्मा गांधी, सुभाषबाबू हे फोटो पुसू लागला. लोक येऊ लागले. यंत्रात आणे पडू लागले. तिकिटे पडू लागली.

मुलगी दोन वेळा आली आणि महादेवाच्या मनात चांगलीच उलथापालथ झाली. पूर्वी तो अबोल, उदास होता; तो मनाशीच का होईना, बोलू लागला. तो आपल्याशीच का होईना, हसू लागला. थोडे नीटनेटके राहावे, असे त्याला वाटू

लागले. त्याचे कपडे स्वच्छ राहू लागले. नेहमी वाढलेले केस वेळच्या वेळी कापले जाऊ लागले. हातापायांची नखे तो काढू लागला. बागेतल्या नळावर जाऊन हात-पाय-तोंड वरचेवर धुऊ लागला. सिनेमातल्या नटीच्या जागी त्याला ती मुलगी दिसू लागली. वरचेवर तो पाच आणे खर्चून हिंदी सिनेमा बघू लागला. प्रेयसीच्या वियोगामुळे प्रियकराने गायलेली ठेकेबाज गाणी त्याला आवडू लागली. कधीमधी ती तो हलक्या आवाजात गुणगुणू लागला. कधी पडत नव्हती तशी चमत्कारिक स्वप्ने त्याला पडू लागली. आपल्या हातून काही तरी विशेष घडते आहे याची जाणीव होऊन तो स्वत:वर खूश राहू लागला. महादेवामध्ये हळूहळू असा एक विशेष बदल होऊ लागला. कसलाही नव्हता तो हा नाद त्या पोराला लागला.

दुसऱ्या महिन्यातही त्याने वाट पाहिली. त्याचे डोळे सारखे तिला शोधत राहिले, पण ती दिसली नाही. पुन्हा त्यांची चुकामूक होत राहिली, का ती मुळी तिकडे फिरकलीच नाही, कोण जाणे; पण महादेवाची धडपड चालूच राहिली. मग ज्या अर्थी ती प्रथम महिन्याच्या पहिल्या तारखेला आली, दुसऱ्या वेळेलाही पहिल्या तारखेलाच आली; त्या अर्थी आताही येईल, अशी खूणगाठ मनाशी बांधून तो एक तारखेची वाट बघू लागला. दिवस जाता जाईनात; एक तारीख येता येईना. अधेमधे ती येत नाही, हे अनुभवाने पक्के झाले होते; तरीही महादेव फाटकापाशी उभा राहिला, बागेत हिंडला. क्वचित पाठमोरी मुलगी पाहून त्याचे काळीज धडधडले; धडधडत्या काळजाने, लाजाळू डोळ्यांनी तो पाठमोऱ्या मुलीमागे रेंगाळत राहिला. हीच ती, हीच का ती, असा ध्यास त्याच्या मनाने घेतला; पण पुढे होऊन चेहरा बघण्याचे धाडस त्याला झाले नाही. मग अचानक चेहरा वळला. ती दुसरीच मुलगी निघाली आणि महादेव शरमून गेला. खाली मान घालून यंत्राशेजारी बसला. अशी फसगंमत झाली. शरम वाटली आणि तरीही एक तारखेपासून तीस तारखेपर्यंत महादेव वाट बघत राहिला.

ती नेमकी पहिल्या तारखेला पुन्हा आली, पुन्हा तिने वजन केले. ते एका पौंडानेही वाढले नाही. म्हणून ती पुन्हा खट्टू झाली. तिचा गोंडस चेहरा उतरला. हसत, लवलवत पुन्हा ती निघून गेली. महादेव खूश झाला. हिरव्या गवतावर कोकरू बागडावे तसे त्याचे मन बागडले. त्याने शीळ घातली, गाणे गुणगुणले. अदबीने मोड दिली. यंत्र पुसून-पुसून लखख केले आणि पहिल्या तारखेची वाट पाहू लागला. एक तारखेला ती येणार याची आता त्याला खात्री होती. या खेपेला येईल तेव्हा तिचे वजन वाढू दे, अशी तो मनातल्या मनात प्रार्थना करू लागला. चांगले पाच पौंडांनी तिचे वजन वाढावे, अंगापिंडाने ती भरून यावी, तिकीट बघून खूश व्हावी, असे त्याला वाटू लागले. वजन वाढण्याच्या बाबतीत आपण काही करू शकत नाही याचे त्याला वैषम्य वाटू लागले. या शेट्याभाट्यांच्या बायका कशा गचगचीत असतात, तिकीट बघून त्या कशा नाके मुरडतात. देव त्यांना नको ते

वजन देतो आणि या बापडीला एखाददुसरा पौंडसुद्धा देत नाही, हा काय न्याय म्हणावा काय, असे तो स्वत:शीच म्हणू लागला. महिन्यातला एकेक दिवस जाऊ लागला. पाच तारीख गेली, दहा गेली, पंधरा गेली, तीस गेली... एक तारीख आली! आता ती येणार, हसणार. 'अहो, तुमच्यापाशी आठ आणे सुट्टे आहेत का?' असे विचारणार. रात्री महादेव बराच वेळ जागा राहिला. त्याला झोप आली नाही. कधी उजाडते, असे त्याला होऊन गेले. ती पंच्याण्णव पौंडांची मुलगी सारखी त्याच्यासमोर येऊन हसू लागली. तिच्या अंगाचा सुरेख वास सारखा त्याच्याभोवती फिरू लागला. तिचे गोरे पाय त्याला दिसू लागले.

एक तारीख आली. महादेवाने अधीरपणाने वाट पाहिली. संध्याकाळ झाली. हवा खाण्यासाठी लोक आले आणि तास-दोन तास बसून निघून गेले. बाग मोकळी पडली. मुलगी आली नाही. का आली नाही? महादेव नाराज झाला. उदास झाला. पण त्याला खात्री होती की, ती येईल. एक तारीख आणि दोन तारीख – फरक काय? एक दिवस उशिरा केल्याने वजनात फरक काय पडणार? कदाचित ती दोन तारखेला येईल आणि दोन तारखेलाही ती आली नाही. महादेव जास्ती निराश झाला. तरीही त्याने वाट पाहिली. तारखांमागून तारखा गेल्या. महिना संपला, दुसरा महिना आला. तीही पहिली तारीख चुकली! आणि मग सगळे चुकतच गेले. तीन-चार महिने गेले. ती आली नाही. ती काळी पोरगीही दिसली नाही. सुरुवातीला तिच्याबरोबर होता तो घोळका? तो आला असेल किंवा नसेलही! कारण महादेवाच्या ध्यानात आता ते चेहरे राहिले नव्हते. अहो, तीन-चार मिनिटं खालच्या नजरेने ओझरते बघितलेले ते चेहरे; कसे आणि किती दिवस ध्यानात राहणार? महादेव पुन्हा पहिल्यासारखा झाला. पहिल्यांदा होता, त्याहीपेक्षा जास्त बापुडवाणा दिसू लागला. त्याच्या अंगावर मळके कपडे आले, दोन-दोन महिन्यांचे केस डोक्यावर दिसू लागले. नखे वाढू लागली. त्याचे सिनेमा पाहणे, गाणी गुणगुणणे, शीळ घालणे – सगळे बंद झाले. जितका वर गेला होता, तितका तो खाली आला.

उन्हाळा संपला. बागेतले माळी उद्योगाला लागले. त्यांनी फुलझाडांच्या कुंड्यांतली जुनी माती बदलून नवी घातली. खत घातले. नवी रोपे करायला टाकली, जुनी झाडे छाटून टाकली. पावसाळा सुरू झाला. नव्या रोपांनी जीव धरला, छाटली झाडे फुलू लागली. बागेत कमी लोक फिरायला येऊ लागले. कधी झिम्झिम्, तर कधी धो-धो असा पाऊस पडत राहिला. बागेवर हिरवी कळा दिसू लागली आणि श्रावण आला. बाग तरारली. गुलाबाच्या झाडांना तांबडी लाल फुले आली. नाना रंगी डेलिया फुलला. हिरव्या साल्व्हियाला तांबडेभडक तुरे फुटले. जिरेनियमने नाना रंगांचे घोस उभारले. व्हर्दिया आणि फ्लॉक फुलला. सगळी बाग रंगीबेरंगी झाली. सगळी झाडे हिरवीकंच झाली. सुवासाचा दर्या उसळला. पिवळी कर्दळ, तांबडी कर्दळ, गुलाबी

कर्दळ... सगळी दुनिया रंगांची झाली. थंड वारे सुटले आणि लोक गरम कपडे अंगात घालून बागेकडे येऊ लागले.

अशा सुरेख दिवसांत, ध्यानी-मनी नसताना एकदम पंच्याण्णव पौंडांची मुलगी थेट महादेवाच्या यंत्राकडे आली. महादेव चकित झाला. डोळे विस्फारून आणि ओठ उघडून तो बघत राहिला. अरे, हीच का ती? काय हा बदल? पंच्याण्णव पौंडांची मुलगी छान फुगली होती. तिच्या गुलाबी चेहऱ्यावर अधिक तकाकी आली होती. जरीकाठाचे फिक्कट गुलाबी पातळ तिने नेसले होते आणि तिच्या गोंडस हातांत मोत्याच्या चमकदार बांगड्या होत्या, गळ्यात मंगळसूत्र होते, मोत्यांची माळ होती. ही सडसडीत उंच मुलगी किंचित ठेंगणी दिसू लागली होती. तिचे ते सारखे लवलवणे, सारखे हसणे कमी झाले होते. महादेव चकित झाला. आता पाच काय, पंधरा पौंड घ्या बाई!

बाई पुढे आल्या आणि त्यांच्याबरोबर एक उंच, गोरागोमटा, निळा स्वेटर आणि पांढरी स्वच्छ पँट घातलेला हसतमुख तरुणही आला. त्याने विचारले, "वजन करायचं आहे का गं?"

"बघू तरी किती वाढलंय?"

महादेवाला सुरेख वास जाणवला. बाई पायट्यावर चढल्या. लगबगीने तो गोरा तरुण पुढे आला. जणू काही बाई कुठे तरी उंच चढत होत्या, अवघड चढण चढत होत्या. तोल गेला, तर त्यांना हात द्यायला पाहिजे होता.

काटा खर्रकन् फिरला.

"अय्या, आणेली टाका ना!"

"अरे, हो, हो –"

अर्ध्या बाह्यांतून दिसणारा पुष्ट हात हलला. खिशातून शेंगा काढाव्यात तशी मोड, नोटा त्याने काढल्या. आणेली शोधून यंत्रात टाकली.

"बाई, बाई, कमाल आहे, हं!"

"किती आहे बघू?"

"एकशेदहा!"

"म्हणजे काही जास्त नाही."

"अहो, पण लग्नापूर्वी पंच्याण्णव होतं."

तो तरुण झकास हसला.

"बाप रे! म्हणजे माझं पंधरा पौंडांनी कमी झालं का? वजनवाले, घ्या बुवा आणखी एक आणा तुम्हाला."

तो तरुण पायट्यावर चढला. खडाक् आवाज होऊन तिकीट पडलं.

"वन फिप्टी! बघ, म्हटलं नाही?"

"हो, हो – थापा नकोत. लग्नापूर्वी होतात तेवढेच आहात तुम्ही."

तिने त्याला एक चापट मारली आणि मग ती एकदम ओशाळली. इकडे-तिकडे पाहून म्हणाली, "चला की –"

एकमेकांच्या अंगाला अंग घासत ती दोघे जण बागेत गेली. महादेव स्टूलावर बसला. हातांचे तळवे त्याने जोराने चोळले. शीळ घातली. काय करावे, हे त्याला कळेना. एकदम उठून त्याने फडके घेतले आणि तो यंत्र पुसू लागला. रेसमध्ये पहिल्या आलेल्या घोड्याला मालक जसा मालिश करतो तसा तो ते लाल यंत्र पुसू लागला. पंच्याण्णवचे एकदम एकशे दहा! वाहवा! 'अजि कौन बजाये बांसुरिया... मेरा तन डोले, मेरा मन डोले....'

साडेआठ वाजले. बाग मोकळी झाली. लोक घरोघरी गेले आणि महादेवला वाटले; काही तरी चुकले! त्याला आनंद झाला होता. लहान कोकरासारखे त्याचे मन उड्या घेत होते आणि तरीही त्याला वाटले की, काही तरी चुकले! काही तरी बिघडले! काय बिघडले? काय चुकले? हिरवळीवरून धावता-धावता काही तरी पायाला रुतले. काय बरे? महादेव शोधत राहिला. कुठे दुखते आहे, हे शोधत राहिला. त्याने यंत्राचे घर बंद केले. झिमझिम पावसाने ओल्या झालेल्या डांबरी रस्त्याने तो घराकडे जाऊ लागला. गारठा झोंबत होता. दिव्यांची प्रतिबिंबं रस्त्यावर लखलखत होती. पावसाचे कण उजळीत मोटारी धावत होत्या. महादेव शोधत होता. दोन्ही हातांची घडी छातीवर घालून तो रस्त्याने वाकत-वाकत जात होता आणि त्याला काही सापडत नव्हते. अरे, आपले काही तरी दुखते आहे, कुठे तरी खुपते आहे. पण काय ते?

पुन्हा मोठा खंड पडला. बरेच दिवस ती मुलगी बागेकडे आली नाही. महादेवला काही कळेना. कधीमधी त्याला तिची आठवण होई. तो फाटकाकडे बघत राही. बागेत बाकावर बसलेल्या जोड्यांकडे बघत राही. फुलांचा बहर ओसरून गेला. तात्पुरती अशी फुलांची झाडे माळ्यांनी उपटून टाकली. बागेचा रंग विटला. पाने गळू लागली. आणि बऱ्याच दिवसांनी पुन्हा ते जोडपे महादेवने पाहिले. तो तरुण तसाच होता; पण तीं एकशेदहा पौंडांची मुलगी पार सुकून गेली होती. तिचा रंग विटला होता. खूप पुढे आलेले पोट घेऊन ती कष्टाने चालत होती. नेहमीप्रमाणे ती यंत्राकडे आली नाही. फाटकातून सरळ आत गेली. पंधरा-वीस मिनिटेच ती दोघेही बाकावर बसली आणि लगेच उठून फाटकातून बाहेर पडली. महादेवच्या यंत्राकडे तिने पाहिले. तिच्या डोळ्यांतली चमक आता नाहीशी झाली होती. ती लवलव पूर्ण थांबली होती. हसू कुठल्या कुठे गेले होते. जड ओझे घेऊन जाणाऱ्या माणसासारखी ती रस्त्याने सावकाश चालत होती. आणि तो तरुणसुद्धा हसत नव्हता, मोठ्याने बोलत नव्हता. हलक्या आवाजात एखादा शब्द बोलून तो पुन्हा थंड नजरेने समोर

पाहत होता. त्यांची अंगे एकमेकाला थटत नव्हती. कितीही सावकाश चालला तरी तो तरुण पुढच्या पुढेच जात होता, थांबून मागे पाहत होता. सावकाश ती त्याच्यापाशी पोहोचत होती आणि पुन्हा त्यांची चाल सुरू होत होती. रस्त्याने ती दोघे दिसेनाशी होईपर्यंत महादेव तिकडे बघत होता.

वर्ष-दीड वर्ष गेले. महादेव त्या मुलीला विसरून गेला. तो आता ओठावरचे आणि हनुवटीवरचे केस कात्रीने कापू लागला होता. स्टूलावर बसून-बसून कंटाळा आला म्हणजे आता तो अधूनमधून विडी ओढी. सिनेमा पाहण्याचा त्याचा षोक आता वाढला होता. बागेत चिवड्याचा मांड घालून असलेल्या त्याच्याच वयाच्या एका पोराशी त्याची संगत झाली होती. यंत्र सोडून तो त्याच्यापाशी जाऊन बसे. पोरीबाळींसंबंधी विलक्षण अशा काही गोष्टी त्याला त्याचा तो दोस्त सांगत असे. या शाळा-कॉलेजात जाणाऱ्या आणि चांगलेचुंगले कपडे घालणाऱ्या पोरी कशा बनेल असतात, हे तो महादेवला पुन:पुन्हा सांगे. चिवडा घ्यायला आलेल्या पोरीबाळींशी तो ज्या धीटपणे बोलत असे, ते ऐकून महादेव बावरून जाई.

मग एकदा किती तरी दिवसांनी तो गोरा तरुण यंत्राकडे आला. आता तो हडकला होता आणि बाईऐवजी एक लहान गुबगुबीत मूल त्याच्याबरोबर होते. त्या मुलाचे त्याने वजन केले आणि त्याला बोटाला धरून तो बागेत जाऊ लागला. तेव्हा धीर करून महादेवाने विचारले, "साहेब, बाई नाही आल्या?"

तो तरुण काही वेळ गप्प राहिला. महादेवाकडे त्याने टक लावून पाहिले; पुन्हा कुठे तरी पाहिले. सावकाशपणे तो म्हणाला, "तू बाईंना ओळखतोस?"

महादेव घाईने म्हणाला, "होय तर साहेब – पुष्कळदा त्यांनी वजन केलंय माझ्याकडं."

साहेब फार गंभीर झाले. आजारी असलेला माणूस बोलावा तसे बोलले, "बाई गेल्या रे!"

"म्हणजे?"

"वारल्या, बाळंतपणाच्या आजारात."

मुलाला चालवत साहेब बागेकडे गेले. महादेवाला एकदम कसेसेच झाले. तो धावत मागून गेला आणि साहेबांना म्हणाला, "साहेब, ह्यांना मी घेऊ का?"

ते लहान पोर आळीपाळीने बापाकडे आणि महादेवकडे बघत होते. साहेबांच्या होकाराची वाट न बघता महादेवाने त्याला उचलून घेतले. खांद्यावर टाकून थोपटले, त्याच्या केसांवरून, गालांवरून हात फिरविला. वरचेवर त्याचे तोंड, डोळे, केस न्याहाळले आणि मुलाला साहेबांच्या हवाली करून महादेव परत आला, खाली मान घालून स्टूलावर बसला.

३

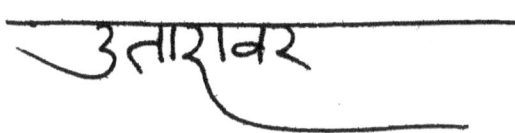

उतारावर

सकाळचे सहा वाजले आणि वामनराव जागे झाले. खोलीत अंधूक प्रकाश आला होता. थंड हवा खेळत होती. एकाएकी वामनरावांना वाटले की, आज थोडा मॉर्निंग वॉक घ्यावा, जरा हेल्थ कमावली पाहिजे! आणि या विचारासरसे ते पांघरूण फेकून उठून बसले. तळवे चोळून त्यांनी करदर्शन घेतले आणि बाजूला पाहिले.

पाच गाद्या ओळीने घातल्या होत्या आणि वामनरावांची सहा मुले त्यावर आडवीतिडवी झोपली होती. वामनराव हसले आणि मनोमनी म्हणाले, 'पोरे अगदी 'चिमणी पाखरे'च्या पोस्टरसारखी झोपलीत!'

सर्वांत शेवटच्या गादीवर वसुंधराबाई झोपल्या होत्या. झोपेतसुद्धा त्यांचे पातळ नीटनेटके होते. एका बाजूवर हाताची घडी उशाशी घेऊन त्या व्यवस्थित झोपल्या होत्या. संसारात नेहमी उठून दिसणारा त्यांच्या अंगचा नीटनेटकेपणा झोपेतसुद्धा त्या विसरल्या नव्हत्या. त्यांचा उभट आणि गोरापान चेहरा कसा प्रसन्न होता! वामनरावांना वाटले, हिला कसले तरी स्वप्न पडत असावे. कसले बरे? बहुतेक वसंताच्या मुंजीचा सोहळा चालला असावा. महावस्त्र नेसून आणि अंगावर मोत्यांचे दागिने घालून ही मांडवातून हिंडत असावी!

उतारावर । २३

वामनराव आनंदी मनाने उठले. न्हाणीघरात जाऊन त्यांनी तोंड धुतले. तक्क्याला अभ्रा घालावा तसा परीटघडीचा स्वच्छ नेहरूशर्ट अंगात घातला. धोतराचा झक्कपैकी काचा मारला. हलक्या हाताने दार ओढून घेऊन ते बाहेर पडले.

'प्रभात रस्त्या'वर येऊन लॉ कॉलेज हिलच्या दिशेने वामनराव चालू लागले, तेव्हा रस्ता अगदी निर्मनुष्य होता. हवा कशी थंड आणि गोड होती. सरबताचा घुटका घ्यावा, तसा त्यांनी हवेचा घुटका घेतला. छे! सरबताचा नव्हे; उर्दू शरबताचा. हे नुसतेच हिरवट रंगाचे सरबत नव्हते; तांबुस रंगाचे माणसाला धुंद करणारे हे मद्य होते. या चविष्ट पेयाचे वामनरावांनी घुटक्यावर घुटके घेतले आणि पतंग चढावा तसे ते सरसर वर चढले, डोलू लागले. बघता-बघता वामनराव अडीच पेगच्या वर गेले. नाचावे-बागडावे, असे त्यांना वाटू लागले.

समोर नीट असा रुंद प्रभात रस्ता जात होता. दोन्ही बाजूंचे टुमदार बंगले काळोखातून बाहेर पडले होते. उठून बसले होते. रस्त्याच्या दोन्ही तर्फा असलेली गुलमोहराची झाडे शांत उभी होती. पहारा संपवून दिवे परत जात होते. आकाश निरभ्र होते. गर्दी नव्हती, घाई नव्हती. सगळे कसे शांत आणि सुंदर होते. उत्साही आणि तरुण होते. गुलमोहराची झाडे तरुण होती, बंगले तरुण होते, रस्ता तरुण होता. फार काय सांगावे – दिव्याचे उंच खांब आणि धावत्या तारासुद्धा तरुण होत्या!

छाती पुढे काढून आणि मान ताठ करून वामनराव चालले होते. चालता-चालता कुठूनसा जाईच्या फुलांचा सुगंध त्यांना आला आणि त्याने वामनरावांना अडविले. वामनराव थांबले आणि त्यांनी बाजूला पाहिले. बंगल्यासमोरच्या फाटकावर गडद तांबड्या रंगाची कमान होती, तिच्यावर जाईची वेल फुलली होती. गर्द हिरव्या वेलीवर स्वच्छ पांढऱ्या रंगाची सहस्रावधी फुले उमलली होती. वामनराव पुढे झाले. वर मान करून फुलांकडे पाहत उभे राहिले. त्यांना वाटले, ही फुले खुडावीत. ओटा भरून घेऊन जावीत. पण ही चोरी नाही का? चोरी? छे:! फुले खुडणे, ही चोरी होऊच शकत नाही. अंगावर चांदणे घेणे, ही काय चोरी होते? संध्याकाळी मावळत्या सूर्याचे रंग पाहणे, ही काय चोरी होते? सुंदर तरुणींकडे पाहणे, ही काय चोरी होते? अरे, हे करवायाचे नाही, तर हे मन कशाला? हे डोळे कशाला, हे शरीर कशाला? छे: छे:! निसर्गाने उघडे ठेवलेले हे सौंदर्यभांडार सर्वांचेच आहे, सर्वांसाठी आहे!

वामनराव पुढे झाले आणि टाचा उंचावून त्यांनी हलक्या हाताने जाईची हसरी फुले वेलीवरून काढून घेतली. ओंजळ भरली, तेव्हा तिचा सुगंध छाती भरून हुंगला. ती फुले त्यांनी छातीवरच्या खिशात ठेवून दिली आणि पुन्हा ते रस्त्याने चालू लागले.

रस्त्याच्या मधोमध असे एक काळ्या-पांढऱ्या रंगाचे उमदे कुत्रे बूड टेकवून आरामात बसले होते. जणू काय हा रस्ता, हा प्रभात पथ त्याच्याच मालकीचा होता. तरतरीतपणे ते दोन पायांवर बसले होते आणि वामनरावांकडे बघत होते. वामनराव थांबले. डोळे मिटून आणि ओठ रुंदावून हसले. त्या गुटगुटीत कुत्र्याने कान उंच केले आणि समोर उभ्या असणाऱ्या वामनरावांचा उत्साह हुंगला. किंचित वाकून वामनरावांनी उजवा हात कपाळाकडे नेला आणि म्हटले, ''गुड मॉर्निंग यंग मॅन!''

त्यासरशी ते उमदे कुत्रे चार पायांवर पुरे उभे राहिले. मान वाकडी करून त्याने शेपूट हलविले.

वामनराव म्हणाले, ''आलो, जरा फिरून येतो.''

आणि काठी फडकावीत ते पुन्हा रस्त्याने जाऊ लागले. समोरून भरधाव सायकल फेकीत एक तरुण दूधवाला आला. त्याच्या सायकलच्या चाकाचा गिरगिराट वामनरावांच्या कानी आला. ती गती त्यांच्याही अंगात भरली. असेच भरधाव आपणही जात आहोत, असे त्यांना वाटले. अंगावरून जाता-जाता दूधवाला ओरडला, ''किती वाजले सायेब?''

''साडेसहा वाजले, साडेसहा!''

''हरकत नाही. मग टाइमात आहे.''

एवढा संवाद होईपर्यंत तो पार खालच्या वळणावर पोहोचला होता. खिशातील फुले काढून वामनरावांनी ती हुंगली आणि ते भराभरा चालू लागले. यापूर्वीच आपल्याला सकाळचे फिरणे कसे सुचले नाही, याचे त्यांना आश्चर्य वाटू लागले. उन्हं पडेपर्यंत अंथरुणात लोळत राहण्यापेक्षा हा आनंद किती तरी पटीने श्रेष्ठ आहे. किती फ्रेश वाटते. आता इथून पुढे सहाला उठून फिरायला जायचे, असे त्यांनी ठरवून टाकले आणि कधीमधी वसुंधरेलासुद्धा बरोबर आणायचे. त्या बापडीला तर अशी मोकळी हवा कित्येक दिवसांत मिळाली नसेल!

पुन्हा समोरून धपऽ धपऽ पावले वाजवीत दोन शीख तरुण धावत येताना दिसले. त्यांच्या अंगात गंजीफ्रॉक होते आणि धोतराच्या आत आपण नेसतो तशा केवळ आखूड चड्ड्याच घालून ते धावत होते. त्यांचे पाय कसे लांबसडक होते, दंड कसे पीळदार होते. पुढे आलेल्या त्यांच्या छात्यांवर घामाने भिजलेले गंजीफ्रॉक चिकटून बसले होते.

बघता-बघता ते दमदार गडी वामनरावांच्या अंगावरून पुढे गेले. एरंडवणा पार्ककडे जाणारा आडवा रस्ता ओलांडून वामनराव पुढे आले. कॅनॉलवरचा लहान पूल त्यांनी पार केला. समोर लॉ कॉलेज टेकडी दिसत होती. हिरवळीने आणि झाडाझुडपांनी भरलेली ती टेकडी चढून वर जायचे, असे वामनरावांनी ठरविले. काय अवघड आहे?

टेकडी तशी काही फार उंच नव्हती. वरचे हनुमानाचे देऊळ, भगवी पताकासुद्धा खालून दिसत होती. एखादे लहान पोरसुद्धा चढून जाईल. आमचा चंदूसुद्धा जाईल; आहे काय त्यात? कॅनॉल ओलांडून वामनराव पुढे आले आणि एकाएकी त्यांच्या कानांवर पाखरांचे मंजुळ गाणे आले. जागच्या जागी थांबून चकित मुद्रेने वामनराव इकडे-तिकडे पाहू लागले आणि विजेच्या तारेवर बसलेला एक मुठीएवढा पक्षी त्यांना दिसला. वरचेवर तो आपली शेपटी वर करीत होता आणि गाण्याच्या तानांवर ताना फेकीत होता. वर निरभ्र आकाश होते आणि झोपेतून जागा झालेला तो आनंदी जीव कुणी श्रोता आहे की नाही याचा विचारही न करता मोकळ्या गळ्याने गात होता. भिंगरीसारखे त्याचे ते गाणे आभाळात फिरत होते. ते खणखणीत स्वर या एवढ्याश्या गळ्यातून निघत आहेत, हे पाहून वामनरावांना नवल वाटले. कमरेवर हात ठेवून ते वर पाहत आपले उभे राहिले. तो आनंदी पक्षी मान वर करून गात होता, मध्येच थांबत होता. बसल्या जागी नाचत होता आणि पुन्हा गात होता. ही सुरेख सकाळ, ही हिरवी झाडे, ही उमलती फुले, ही स्वच्छ ताजी हवा, हे मोकळे आकाश बघून त्याला दुसरे काही सुचत नव्हते; त्याला केवळ गाणे आणि नाचणेच सुचत होते. तो गंधर्वासारखा गात होता आणि अप्सरेसारखा नाचत होता.

कमरेवर हात ठेवून वामनराव रस्त्याच्या मध्यभागी उभे होते. ते गाणे आणि ते नाचणे त्यांच्या अंगात भरले होते. त्यांचे मन उमलले होते; शरीर हलके झाले होते. डोळे चमकत होते. त्या चिमण्या गंधर्वाकडे पाहत ते उभे होते.

गंधर्वाला कसलेच भान नव्हते. तो आपला मोकळ्या गळ्याने गात होता.

वामनराव आनंदी मुद्रेने त्याच्याकडे पाहत होते. पाहता-पाहता ते मोठ्याने म्हणाले, ''मित्रा, आनंद आहे; नाही रे?''

गंधर्वाने खाली पाहिले. वामनरावांकडे त्याने पाहिले. शेपूट वर करून तो नाचला आणि पुन्हा मान वर करून त्याने एक सुरेख तान सोडली. पंख पसरले; तानेचा तो रेशमी गोफ धरून त्याने आकाशात मोठा झोका घेतला! तो नाहीसा होईपर्यंत वामनराव वर पाहत उभे राहिले.

लॉ कॉलेजवरून आडवा जाणारा रस्ता ओलांडून वामनराव पायवाटेवर आले. टेकडीवर जाणाऱ्या त्या लहानशा वाटेवर गव्हाळ रंगाचे दोन होले तुरुतुरत होते. छात्या पुढे करून ते कसे डौलदार चालत होते. मधेच थांबून धुळीत पडलेले गवताचे बी वेचीत होते. मान मोडून इकडे-तिकडे बघत होते. वस्तुत: खाणे ही क्रिया काही मोहक नाही. एखादा देखणा पुरुष जेव्हा जेवू लागतो, वरणभात किंवा पोळी खाऊ लागतो, तेव्हा ती क्रिया काही देखणी दिसत नाही. अप्रतिम लावण्यवती अशी स्त्री जेव्हा पाटावर बसून जेवू लागते, तेव्हा तिचे लावण्य थोडे कमी नाही का होत? पण या पाखरांचे खाणेही सुंदर होते. कधी जोडीने, तर कधी एकापाठोपाठ

एक असे ते जोडपे धुळीत हिंडत होते आणि गवताचे बी वेचीत होते. त्यांच्या त्या क्रियेत डौल होता. चरत-चरत ते जोडपे वाटेने चालले होते आणि वामनराव त्यांच्या मागोमाग हलक्या पावलांनी जात होते. शेवटी पंखांचा फडर‌ऽऽ आवाज करून ते जोडपे उडाले. थोडे दूर जाऊन बसले.

आणि, पुन्हा कुठे तरी दुसरा होला घुमू लागला – ''हूं हूं हुऽ हूं हूं हुंऽऽ''

टेकडीच्या उतारावर लहान-लहान झोपड्या होत्या. हिरवीगार शेतं होती. झोपड्यांभोवती कोंबड्या हिंडत होत्या आणि डोळे मिटून उभ्या राहिलेल्या गाईला वासरू पीत होते.

वामनराव चढणीला लागले होते. ठिकठिकाणी पोपटी हिरवळ फुटली होती. पाण्याचे खळाळते प्रवाह उतरत होते. नाना पाखरे उडत होती, खडकावर बसून चिवचिवत होती. नाना रंगांची फुलपाखरं झुलत, गिरक्या घेत हिंडत होती. चमकदार पिवळ्या रंगाची सोनकी फुलली होती, लाखो चिटुकली फुले दिसत होती. जांभळा तेरडा फुलला होता आणि हिरव्या रंगाच्या किती विविध छटा दिसत होत्या – जणू हिरव्या रंगाचा ऑर्केस्ट्रा! टेकडीने अंगावर घेतलेले हे वस्त्र किती रंगांचे, किती चमकदार, किती सुवासिक होते!

चढता-चढता ते उभे राहिले. एकाएकी किणकिणते हसू त्यांच्या कानावर आले. त्या मधाच्या गंधविपक्षाही हा स्वर चांगला होता. त्या पाखरांच्या गाण्यापेक्षा हे हसणे जास्ती गोड होते. पाण्याच्या स्वच्छ झऱ्याप्रमाणेच ते वळणे घेत, झेपा टाकीत टेकडीवरून खाली उतरत होते. वामनराव छातीवर हात ठेवून बघत राहिले आणि त्यांच्या कानी पायरव आला. डावीकडे मान वळवून त्यांनी पाहिले.

तारुण्याने भरून ओसंडणारी एक सुंदर तरुणी आणि उत्साहाने वाहू लागलेला एक देखणा तरुण टेकडीवरून खाली उतरत होता. त्या तरुणीने पांढऱ्या पातळाचा काचा मारला होता. तिच्या पायात पांढरे बूट होते. हात हवेत झेपावीत ती टेकडी उतरत होती. त्या उमद्या तरुणाने अंगात आखूड असा टी-शर्ट घातला होता. खाली खाकी हाफ-पँट होती. आपल्या पुष्ट बाहूचा आधार त्या तरुणीला देत तो खाली येत होता. असे वाटत होते की, या दोघांच्याही खांद्याला लांब, पांढरेशुभ्र पंख आहेत! चढण भरभर उतरून ते तरुण आणि सुंदर जोडपे खाली आले. वामनरावांपासून काही यार्डांवर एक काळाभोर खडक होता. कपाशीच्या बोंडातून कापूस फुटावा तसे अंगातून तारुण्य फुटणारी ती तरुणी कबुतरासारखी झेपावत आली आणि त्या खडकावर उभी राहिली. तिने केस सारले आणि खाली पसरलेल्या शहर पुण्याकडे, क्षितिजाकडे विस्फारित डोळ्यांनी पाहत ती उभी राहिली. मग तो तरुणही आला आणि तिच्या पलीकडे उभा राहिला.

ती म्हणाली, ''किती सुंदर दृश्य आहे नाही?''

तो म्हणाला, ''फारच छान आहे.''

वामनराव पाहत होते आणि ऐकत होते.

तो तरुण छातीवर हाताची घडी घालून समोर नजर फिरवीत म्हणाला, ''मला तर वाटतं, एक मोठा कॅनव्हास घ्यावा. रंगांचं पॅलेट घ्यावं. इथं बसून हे सगळं दृश्य रंगवावं.''

आणि हे बोलताना त्याने हाताचाच ब्रश करून क्षितिजावर फिरवला. त्या तरुणीने मान हलविली, ''नाही रे, अमर्याद असे हे सौंदर्य चौकटीत बसविण्याची धडपड मला नाही करावीशी वाटत. माणसं कशी लहान असतात. आजूबाजूला पसरलेला निसर्ग ती पाहत नाहीत आणि बाजारातून एक लहानसं निसर्गचित्र विकत आणून ते घरात लावतात. त्याचं किती कौतुक करतात. किती तरी उंचावरून पडणाऱ्या पावसाचं त्यांना काही वाटत नाही; परंतु एखादा धबधबा पाहून ती चकित होतात!''

पूर्वेकडे सूर्योदय झाला होता आणि नव्या सूर्याचा चमकदार प्रकाश त्या दोघांच्या अंगांवर पडला होता. त्या प्रकाशझोतामुळे त्यांच्या तारुण्याला विशेष झळाळी आली होती.

मग त्या तरुणाने विचारले, ''हे दृश्य पाहून तुला काय वाटतं?''

तिने स्मित केले. भावनावेगाने अरुवार बनलेल्या आवाजात ती म्हणाली, ''मला वाटतं, असे हवेत हात पसरावेत आणि झेप घ्यावी. या सगळ्या सौंदर्यातून फिरावं, फुलबागेतून पाखरू तरळतं तसं तरळावं. क्षितिजावरचे ते तांबडे रंग हात लावून पाहावेत.''

या वेळी त्या तरुणाने आपल्या प्रेयसीचा हात आपल्या हातात घेतला. वामनराव पाहत होते आणि ऐकत होते.

मग काही वेळाने तो तरुण म्हणाला, ''आपलं घर तुला दिसतं का?''

फुलपाखराप्रमाणे तरळणाऱ्या त्या तरुणीचे पाय जमिनीवर नव्हतेच. तिचा शुभ्र पदर वाऱ्यावर फडफडत होता. एका पायावर भार देऊन ती उभी होती. समोरचे सुंदर दृश्य पाहत होती. काही तरी विशेष अनुभवीत होती.

तो तरुण पुन्हा म्हणाला, ''दाखव पाहू आपलं घर कुठे आहे ते?''

मग मात्र तिने नीट पाहिले. एखादे मॉडेल दिसावे तशी घरे, बंगले, झाडे, रस्ते दिसत होते. तिची नजर फिरली आणि मग तरुणाच्या तोंडाकडे पाहत ती म्हणाली, ''नाही बाई सापडत.''

''अगं, ते छप्पर दिसतं पुलापलीकडे – ती अलका टॉकीज!''

''होय का? मग त्या तांबड्या खिडक्या दिसतात, त्या आपल्याच घराच्या का?''

"हो."

"किती लहान, सुंदर दिसतं नाही घर!"

"हो ना!"

मग हातांची गुंफण तशीच ठेवून त्या तरुणाने खडकाखाली उडी घेतली. आनंदाने खारीसारखा चीत्कार करून ती तरुणीही त्याच्याबरोबर गेली. झाडे-झुडपे ओलांडीत, उड्या टाकीत, पोपटी हिरवळीवरून, काळ्या खडकावरून ते जोडपे जाऊ लागले. बघता-बघता खाली पोहोचले. पायवाटेने गेले. एकमेकांच्या अंगाला अंग घाशीत-घाशीत झाडीत शिरले आणि दिसेनासे झाले.

आणि वामनरावांना वाटले, 'अरे, आपण म्हातारे झालो!'

कडू व्यथेचा हा लहान थेंब टपकला आणि पाण्यावर तेल पसरावे तसा पसरला!

'आपण थकलो. आपण म्हातारे झालो!'

वामनरावांनी मान खाली घातली. आपल्या जन्मसालापासून आतापर्यंत दहादहानी त्यांनी आकडे मोजले. पंचेचाळीस संपून आता हे सेहेचाळीस साल चालू होते.

'संपले! आपले तारुण्य केव्हाच संपले! आपण आता आयुष्याच्या उताराला लागलो!'

छातीवर टाकलेली मान वर करून वामनरावांनी सुस्कारा सोडला. वर पाहिले. अजून टेकडी किती तरी उंच होती. वामनराव फार थोडे चढून आले होते. आपल्याला धाप लागली आहे आणि पाय भरून आले आहेत, याची जाणीव वामनरावांना झाली. सबंध टेकडी चढून वर जाणे त्यांना अशक्य होते. त्यांना फार धाप लागली असती, पाय फार जड झाले असते आणि वर चढून पुन्हा खाली उतरायचे म्हणजे किती तरी वेळ लागला असता.

'छे, छे! आता परत फिरावे, हे चांगले!'

टेकडीच्या उंचीकडे पाठ फिरवून वामनराव खाली उतरू लागले. उतारावर तोल सांभाळणे त्यांना जड जाऊ लागले. पाय कापू लागले. खाली बसून जमिनीचा आधार घ्यावा, असे वाटू लागले. कष्टपूर्वक ते एकेक पाऊल खाली टाकू लागले. थंड वारा सुटला आहे, हे त्यांच्या ध्यानी आले. आपण केवळ सदरा घालूनच आलो, हे काही बरे केले नाही, असे त्यांना वाटले. अंगात काही गरम घालायला हवे होते. गळ्याभोवती मफलर गुंडाळायला हवा होता.

टेकडीचा उतार उतरायला वामनरावांना फार वेळ लागला. हवेतला गारवा नाहीसा झाला होता. सकाळचा सुरेख असा प्रकाश जाऊन आता भगभगीत ऊन पडले होते. पाखरांची गाणी थांबली होती. रस्त्याने माणसांची वर्दळ चालू होती. पाठीचे पोक काढून सावकाश चालत वामनराव प्रभात रस्त्यावर आले. हळूहळू

चालू लागले. त्यांना थकवा आला. घरी केव्हा पोहोचू, असे होऊन गेले.

रस्त्याकडेची घरे त्यांना थकलेली, म्हातारी दिसली. झाडे अवघडून उभी होती, दिव्यांचे खांब कंटाळले होते. खाली तोंड करून रस्ता चिप पडला होता. मोटारी, रिक्षा, टांगे, सायकली जात-येत होत्या. माणसे जात-येत होती. वामनराव थकल्या शरीराने, थकल्या मनाने रस्ता आवरीत होते.

मघाचा तो मुठीएवढा पक्षी तारेवर दिसत नव्हता. त्या जागी उलटे, चिकटलेले एक वटवाघूळ होते. वामनराव पुढे आले. त्यांनी कॅनॉलचा लहान पूल पार केला. 'एरंडवणा पार्क'कडे जाणारा आडवा रस्ता ओलांडला. जाईची शुभ्र फुले कुणी तरी सगळीच्या सगळी खुडून नेली होती. वामनरावांना एकदम आठवण झाली. खिशातली फुले त्यांनी बाहेर काढली. अंगाच्या उष्णतेने ती सुकून गेली होती. त्यांचा गंध उडून गेला होता. ती फुले वामनरावांनी टाकून दिली.

मघाचे ते तरतरीत कुत्रे कुठे दिसत नव्हते. काय बरे झाले त्याचे?

वामनराव घरापाशी पोहोचले. दार उघडून आत गेले. मुले अजून झोपलेलीच होती. वसुंधरेची गादी तेवढी मोकळी होती. वामनरावांची गादी अद्याप तशीच होती. थकलेले अंग गादीवर लोटून वामनराव पडून राहिले. दोन्ही हात छातीशी मुडपून पालथे पडून राहिले.

आत स्टोव्ह वाजत होता. भांडी वाजत होती. जराशाने वसुंधराबाई बाहेर आल्या आणि वामनरावांना म्हणाल्या, "हे काय, साडेआठ झाले. उठायचं नाही का?"

वामनराव पालथ्याचे उताणे झाले. वसुंधराबाईंकडे बघून हळू आवाजात म्हणाले, "अगं, मी आता म्हातारा झालो!"

■

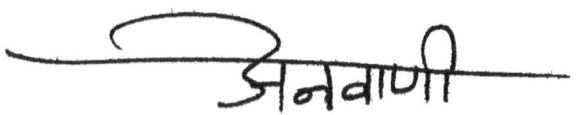

दुपारची वेळ होती. आपल्या खोलीतल्या कॉटवर बसून बेबी खिडकीतून बाहेर पाहत होती.

बंगल्याच्या आवारातली फुलझाडे, फळझाडे शांत उभी होती. बंगल्याच्या पुढे आडवा असणारा बॉम्बे-पूना रोड बागेला घातलेल्या मेंदीच्या कुंपणाने झाकून टाकला होता. पण भल्यामोठ्या लोखंडी फाटकातून रस्त्याचा थोडा तुकडा दिसत होता. पलीकडच्या कडेला असलेल्या वडाच्या सावलीत नेहमीची ती फळवाली बाई बसली होती. तिचे लालभडक पातळ, तिच्यासमोर पाट्यांतून-करंड्यांतून असलेली पिवळी, लाल, हिरवी फळे – हे सगळे एखाद्या रंगीत चित्रासारखे दिसत होते. फळवाल्या बाईशेजारी काळ्या रंगाचे कुत्रे अंगाचे वेटोळे घालून बसले होते. तेदेखील त्या चित्रातून वेगळे काढता येत नव्हते. त्यापलीकडे हिरवळीने भरलेले मैदान होते. मैदानाच्या कडेला राखी रंगाचा टुमदार बंगला होता आणि बंगल्यामागे फिकट हिरवी झाडी होती, उन्हाने झळाळणारे आकाश होते.

हे एवढेच दृश्य बेबी कित्येक दिवस पाहत होती. विशेषत: दुपारी तरी हे एवढेच तिला बघत बसावे लागे. गोष्टीची पुस्तके वाचायचा कंटाळा येई. निरनिराळी मुलांची

मासिके तिच्यासाठी दरमहा मागविली जात. त्यांतल्या गोष्टी वाचण्याचाही बेबीला कंटाळा येई. वाचण्यापेक्षा चित्रे काढण्यात मजा असते; पण रोज-रोज चित्रे काढणेसुद्धा बेबीला कंटाळवाणेच होई आणि मग ती रिकाम्या मनाने खिडकीतून समोर पाहत राही. सगळा बंगला शांत असे. बेबीचे पप्पा ऑफिसात गेलेले असत. बेबीची तिन्ही धाकटी भावंडे शाळेली गेलेली असत. बेबीची मावशी आणि बेबीचे काका कॉलेजला गेलेले असत अन् बेबीशी बोलायला, खेळायला कुणीही घरी नसे. मोलकरीण पार मागे नळावर धुणीभांडी करित असलेली असे. आई आपल्या खोलीत बाळाला झोपवीत किंवा वर्तमानपत्रे वाचीत असे आणि बेबीशी बोलायला रिकामे असे कोणीच नसे. मासिक-पुस्तकांच्या आणि उशा-पांघरुणांच्या पसाऱ्यात गालाला हाताचा मुटका लावून बेबी एकटीच खिडकीतून बघत असे.

मधल्या हॉलमध्ये असलेल्या रेडिओवर साडेबाराच्या रेकॉर्ड लागल्या होत्या. शांत वातावरणात भावगीताचे सूर फिरत होते. समोरचे बंद फाटक उघडून दुपारच्या डाकेचा पोस्टमन आत आला. आवारातल्या वाळूवर त्याची पावले वाजली. बेबीच्या हॉलच्या खिडकीतून पोर्च दिसत नव्हते. 'पोस्टमन' अशी हाक तिच्या कानावर आली; पण टपाल फरशीवर पडल्याचा आवाज आला नाही. बेबी वळली. कॉटच्या उशाशी असलेल्या कुबड्या तिने घाईघाईने घेतल्या. ती कॉटखाली जपून उतरली आणि कुबड्यांच्या आधाराने आपले अधू पाय टाकीत-टाकीत खोलीच्या दाराशी गेली. बंद दार उघडायलाही तिला उशीर लागला. दारातून बाहेर पडून, हॉल ओलांडून पुढे यायला उशीर लागला. एवढा प्रवास कष्टपूर्वक करून जेव्हा ती दारात आली, तेव्हा तिला दिसले की, हातात टपाल धरून पोस्टमन अद्याप उभा आहे; फरशीवर टपाल टाकून तो गेलेला नाही.

पायऱ्यांच्या वर उभे राहून तिने हात पुढे केला आणि तिच्या ध्यानात आले की, आजचा पोस्टमन वेगळा आहे. नेहमी येणारा तो दाढीवाला म्हातारा नाही. अगदी कोवळा, मुलासारख्या चेहऱ्याचा हा नवीनच पोस्टमन आहे.

बेबीच्या पायांकडे लक्ष जाताच त्याला लहानसा धक्का बसला. मनात तो हळहळला आणि अगदी आदबीने त्याने टपाल तिच्या हातात दिले. म्हातारा पोस्टमन एखाददुसरा शब्द बोले, तसा तो काही बोलला नाही. लगेच तो पाठमोरा झाला. खाली मान घालून फाटकाकडे गेला. बाहेर गेल्यावर त्याने फाटक नीट बंद केले आणि तसाच खाली मान घालून तो समोरच्या बंगल्याकडे गेला.

हातातल्या पत्रांवरून बेबीने नजर फिरविली. परंतु त्याच्यावर कुणाचे नाव आहे, हे तिच्या ध्यानात पटकन आले नाही. तो नवा पोरगेला पोस्टमनच अद्याप तिच्या डोक्यात होता. त्याचा चेहरा आणि त्याचे वय बघून ती थोडी चकित झाली होती. पोस्टमन म्हटला की तो असा-असा असतो, अशी तिची जी समजूत होती; तिला

थोडा धक्का बसला होता. आज कुणी तरी वेगळाच माणूस पोस्टमन होऊन पत्रे द्यायला आला, असे तिला वाटले होते.

एवढ्यात आई उठून बाहेर आली आणि म्हणाली, "बघू गं बेबी, टपाल –"

आईच्या हातात टपाल देऊन बेबी मागे फिरली. मोठ्या खुर्चीत बसली आणि म्हणाली, "अगं, पोस्टमन नवीन होता आज!"

यात सांगण्यासारखे एवढे विशेष काय आहे, हे बेबीच्या आईला कळले नाही. पत्रावरचे पत्ते बघता-बघता ती म्हणाली, "इश्श! यात एवढे आश्चर्य वाटण्यासारखे गं काय आहे? बदलला असेल."

"अगं नाही, किती लहान आणि गोरा-गोरा आहे तो!"

"म्हणजे? सगळे पोस्टमन म्हातारे आणि काळेच असतात का?"

"नाही, पण मला हा अगदी वेगळाच वाटला."

"काही तरीच तुझं बेबी! हे बघ, 'बालमित्र' आलाय बघ तुझा."

बेबीच्या आईने 'बालमित्र'चा अंक बेबीच्या मांडीवर ठेवला. रेडिओ बंद करून ती पुन्हा आपल्या खोलीकडे गेली.

दुपारच्या वेळी बेबीला नेहमीच एकटे-एकटे वाटे. कुणाशी बोलावे, कुणाशी हसावे, असा तिला नेहमी प्रश्न पडे. अशा वेळी म्हातारा पोस्टमन येई. तो बापडा नेहमी घाईत असे; तरीपण एखाद्या वेळी खिडकीशी जाऊन तो टपाल देई. कुणी तरी ओळखीचे आले याचा बेबीला आनंद होई. कधी ती विचारी, "काय हो पोस्टमन, आफ्रिकेचं तिकीट आहे का तुमच्याकडे?"

थोडा वेळ थांबून, विचार करून पोस्टमन विचारी, "आफ्रिका देशातले तिकीट म्हणता का?"

"हो-हो, आहे का तुमच्याकडे? मला हवंय हो!"

"ताई, आम्ही आलेली पत्रे घेतो आणि ज्याची त्याला वाटून टाकतो. त्यामुळे त्याच्यावरची तिकिटे काही आम्हाला मिळत नाहीत. तरीपण मी बघतो मास्तरसाहेबांना विचारून. आफ्रिकेचं तिकीट असलं तर तुम्हाला आणून देईन."

लवकरच पोस्टमन ही गोष्ट विसरून जाई. बेबी मात्र विसरत नसे; पण मावशी, काका, आई, पपा या सगळ्यांपाशीच तिने ही मागणी केव्हा ना केव्हा केलेली असे. त्यामुळे आफ्रिकेचे तिकीट कुठून तरी पैदा करून ते बेबीला मिळे. बेबीच्या या अधुपणाने सगळ्यांची करुणा तिला मिळत असे. तिला खूश ठेवण्याचा प्रयत्न घरातील प्रत्येक माणूस करी; तरीपण दुपारच्या वेळी केवळ बेबीला करमत नाही म्हणून रोज-रोज घरी कोण राहणार? ते काही शक्य नव्हते. सकाळी अकरापासून साडेचार-सहापर्यंत बेबीला एकटेच राहावे लागे. अशा वेळी येणारा म्हातारा पोस्टमन तिला देवदूतासारखा वाटे. ती त्याची वाट पाही. रोज ना रोज काही टपाल असेच,

असे नाही; पण दुपारचा पोस्टमन ओळीने चार-सहा दिवस आला नाही, असेही घडत नसे. पुष्कळशा घाईत असला की, पोस्टमन हाक देई आणि हातातले टपाल आत फेकून निघून जाई. सावकाशपणे चालत येऊन बेबी ते गोळा करी. पत्र कुठून आले आहे, कुणाला आले आहे, हे पाही. वर्तमानपत्रे स्वत:पाशी ठेवून घेई आणि मावशी, काका, पपा परत आले की, पोस्टमनच्या ऐटीत डिलिव्हरी करी.

काही वेळा बेबीलासुद्धा पत्रे येत. शाळेतल्या मैत्रिणींची, नातेवाइकांची, आई आणि पपांच्या ओळखीच्या माणसांची पत्रे येत. त्यात तिच्या प्रकृतीविषयी चौकशी असे. काही गमतीदार बातम्या असत. जन्मत: चांगली, पण अलीकडे आजाराने अधू झालेल्या या मुलीला विरंगुळा मिळावा म्हणून सगळे लोक धडपडत. त्यांची पत्रे घेऊन येणाऱ्या पोस्टमनकडे डोळे लावून बेबी बसे. पोस्टमन हासुद्धा तिचा एक विरंगुळा होता. तिच्या जीवनात त्याला विशेष स्थान होते. आज आलेला नवा पोस्टमन तिला आवडला होता.

यानंतर पुन्हा तिसऱ्या दिवशी 'पोस्टमनऽ' अशी हाक आली. टपाल टाकल्याचा आवाज झाला नाही. कष्टपूर्वक चालून बेबी व्हरांड्यात आली. पोस्टमन उभाच होता. बेबीकडे बघून तो लाजरा हसला. बेबीही हसली. त्याने दिलेले टपाल घेऊन तिने विचारले, "तुम्ही नवे पोस्टमन का?"

"हो."

"तुम्ही टपाल टाकून जात जा. मला यायला वेळ लागतो."

पोस्टमनने बेबीच्या पायांकडे बघितले. बराच वेळ तो गप्प राहिला. एवढ्या सुरेख, देखण्या मुलीला देवाने पाय का बरे दिले नसतील, असे त्याला वाटले असावे. तो काही बोलला नाही, पण त्याच्या डोळ्यांतून ती करुणा पाझरली.

शेवटी तो खालच्या व दयेमुळे मऊ झालेल्या आवाजात म्हणाला, "लागू द्या ना ताई! पोस्टमनचं काम ज्याचं-त्याचं टपाल ज्याच्या-त्याच्या हातात देण्याचे आहे; व्हरांड्यात टाकण्याचं नाही."

तो असे बोलताना बेबीने त्याच्या पायांकडे बघितले. कसे सडसडीत, गोल होते ते! आणि या पोरासारख्या पोस्टमनची पावले तर किती छान होती! एकाएकी बेबीच्या लक्षात आले की, ही चांगली पावले अनवाणीच आहेत. पोस्टमनने पायात काही घातलेले नाही... का बरे घातले नाही?

पोस्टमन वळला. सुरेख पावले टाकीत निघून गेला. बेबीला वाटले, या माणसाने पायात का काही घातले नाही? रस्त्याने अनवाणीच अशी ही माणसे चालतात तरी कशी? चांगली छान खाकी टोपी डोक्यावर होती. अंगात खाकी कोट होता. खाली अर्धी पँट होती. पोस्टमनचा पोशाख तर नीटनेटका होता. इतके सगळे असून पायात वहाणा मात्र नव्हत्या! घालून यायचा विसरला असेल का? पण

विसरला असता तर त्याचे लक्ष सारखे आपल्या पायांकडे गेले असते. दुसऱ्याशी बोलताना आपण अनवाणी आहोत हे त्याच्या ध्यानात आले तर नाही ना, असे सारखे वाटून हा पोस्टमन ओशाळला असता. तसे तर काही दिसले नाही. कदाचित त्याच्या वहाणा तुटल्या असतील; त्या दुरुस्त होऊन यायच्या असतील; मग काय करील बापडा! काम तर केले पाहिजे. टपाल वाटीत दारोदार हिंडले पाहिजे. असेल, असेच असेल. नाही तर उगीचच्या उगीच अनवाणी कोण चालेल?

तात्पुरते का होईना, या निर्णयाने बेबीचे समाधान झाले. टपाल घेऊन ती खुर्चीत बसली. पोस्टमनचे अनवाणी पाय हलके-हलके तिच्या मनातून गेले.

बेबीची आणि या लाजाळू पोस्टमनची गट्टी जमलीच नाही. म्हाताऱ्या पोस्टमनपेक्षा तो चांगला होता. किती अदबीने बोले, किती छान हसे; पण बेबीची-त्याची घसट अशी झालीच नाही आणि त्यामुळे जरुरीपेक्षा जास्ती बोलणे कधी घडले नाही. तो अनवाणी का असतो, हे कोडे सुटले नाही. दर खेपेला बेबीला वाटे की, आज त्याच्या पायात वहाणा दिसतील, आज त्याने त्या दुरुस्त करून आणल्या असतील; पण पोस्टमन अनवाणीच येई. मग बेबी म्हणे, 'तुटल्या नसतील, त्या कुठे तरी हरवल्या असतील. त्या शोधून सापडत नाहीत अशी खात्री झाली की, हा नवीनच वहाणा घेईल.' आणि नवीन वहाणाही कधी पोस्टमनच्या पायांत दिसल्या नाहीत; तो आपला अनवाणीच येई. ओठ न उघडता हसे, खाली बघे, टपाल देताच चालायला लागे. आठवडा गेला, महिना गेला, दोन महिने गेले; परंतु पोस्टमनच्या पायांत वहाणा आल्याच नाहीत. त्या का नाहीत, हे विचारण्याचा धीर बेबीला झाला नाही.

हिवाळा संपला आणि उन्हाळा आला. सुम्म ऊन पडू लागले. डांबरी रस्ते तापून डांबर वितळू लागले. रस्त्याची सालडी निघू लागली. अशा उन्हात कुणी कुणाला फाशीसुद्धा देणार नाही; पण दुपारचा पोस्टमन यायचा. त्याच्यापाशी छत्री नसे, सायकल नसे आणि पायात वहाणाही नसत. उन्हाने त्याचा गोरागोरा चेहरा तांबडालाल झालेला असे. घामाने त्याचा खाकी कोट पाठीला चिकटलेला असे. वाळल्या ओठांवरून जीभ फिरवून तो लाजरे हसू हसायचा आणि टपाल देऊन परत फिरायचा, उन्हात तळत अनवाणी हिंडायचा.

हा पोस्टमन पायात का घालीत नाही? त्याचे पाय भाजत नाहीत का? त्याच्या पायाला घाण लागत नाही का? पायात काही घातल्याशिवाय त्याला चालवते तरी कसे? ज्या-ज्या वेळी बेबी त्या पोस्टमनला पाही, त्या-त्या वेळेला हे प्रश्न तिच्या मनात उभे राहात. वास्तविक ही किती साधी बाब होती; पण बेबीला त्याचा त्रास होई. तिच्या मनाला ही गोष्ट बारीक खडीसारखी खुपत राही. विचार करकरूनही हे गूढ तिला उलगडत नसे आणि मग त्या पोस्टमनचा तिला राग येई. चार वर्षांच्या

आपल्या भावाला चड्डीशिवाय घरातून हुंदडताना पाहिला की त्याची जशी तिला चीड येई, स्वयंपाकात असताना आईच्या अंगावर मळके पातळ पाहून जसा राग येई, रविवारी पपांची वाढलेली दाढी बघून तिला जे वाटे; ते या पोस्टमनला अनवाणी पाहून वाटे. त्याचा तिला अगदी राग येई.

या चिडीनेच एकदा ती आईला म्हणाली, ''आई, तो पोस्टमन अनवाणीच का गं हिंडतो? पायात घालायला काय जातं त्याचं?''

बेबीला अशा गोष्टीचा कसा त्रास होतो, हे बेबीच्या आईला माहीत होते. चिडचिड्या आवाजात कपाळाला आठ्या घालून तिने जेव्हा हे विचारले, तेव्हा आई म्हणाली, ''सुखानं का अनवाणी हिंडत असेल तो बेबी? पायात घालायला मिळत नसेल त्याला.''

''म्हणजे काय? साधी वहाण नाही मिळत?''

बेबीची आई गरिबीतून वर आली होती. साध्यासुध्या वस्तूसुद्धा काही माणसांना कशा मिळत नाहीत, हे तिला ठाऊक होते. लहानपणी आपणही कसे अनवाणी पायाने हिंडत होतो, याची तिला आठवण आली. बेबीच्या या प्रश्नाने तिचे वडीलपण, तिचे अनुभवाने आलेले शहाणपण डिवचले गेले. ती म्हणाली, ''बेबी, नशिबाने तुम्हाला कधीच वाण पडली नाही. अमुक वस्तू हवी, असं म्हणताच ती तुम्हाला आजवर मिळत आली आहे. त्यामुळे गरीब लोक कसे राहतात याची तुम्हाला कल्पना नाही.''

''गरीब झाले म्हणून काय वहाणा मिळत नाहीत?''

''नाहीत मिळत. तो बापडा पोस्टमन – महिन्याला पन्नास-साठ रुपये त्याला मिळत असतील. त्यात पोरंबाळं, भाऊ-बहीण ही सगळी माणसं पोसायची म्हणजे साधी गोष्ट नाही. दर सहा महिन्याला वहाणांसाठी पाच रुपये टाकणं कसं परवडणार त्याला? गरीब बिचारा, अनवाणी हिंडतो... काय करणार? गरिबी मोठी कठीण असते बेबी!''

एवढ्यात बेबीचे पपा बाहेरून आले. येताना त्यांनी बेबीसाठी रंगीत चित्रांची पुस्तकं आणली होती. पुस्तकांतली चित्रे साधीच होती; पण साधा पाण्याचा ब्रश त्यांच्यावरून फिरविला की रंग उमटत, काही जादू होई आणि झाड हिरवे होई; फुले तांबडी होत, पाणी निळे होई.

पायातले बूट टक्‌ऽटक्‌ऽ वाजवीत पपा बेबीच्या खोलीत आले. बेबीच्या गालावर थोपटून म्हणाले, ''काय बेब्या, मजा आहे ना?''

त्यांचा आवाज त्यांच्या देहासारखा मोठा उंच होता. पुस्तके बेबीच्या हाती देत ते पुन्हा म्हणाले, ''चित्रांची पुस्तकं पाहिजे होती ना तुम्हाला? ही घ्या!'' आणि मग ते कपडे काढण्यासाठी गेले. त्यांच्या मागोमाग आईही गेली. पपांनी काढलेला टाय

आणि कोट हँगरला लावीत बेबीची आई म्हणाली, ''कसं व्हायचं या पोरीचं पुढे, कोण जाणे!''

''काय व्हायचंय? उपचार चालू आहेत, हळूहळू स्ट्रेंग्थ येईल तिच्या पायांत. झकास चालायला लागेल.''

''त्याच्याबद्दल नाही म्हणाले मी; जगाची काही कल्पना नाही यांना.''

''करायची आहे काय असून? अहो, पोरंच ती!''

''होय, पण इतरांच्या मुलांना या गोष्टी समजतात. मला आता विचारीत होती, तो पोस्टमन अनवाणी का हिंडतो; साध्या वहाणासुद्धा कशा मिळत नाहीत त्याला?... काय सांगायचं तिला?''

यावर बेबीचे पपाही थोडा वेळ गप्प राहिले. त्यांनीही कर्तबगारीने सगळे मिळविले होते; वार लावून शिक्षण घेतले होते. सिंदबादच्या मानगुटीवर बसलेल्या म्हाताऱ्याप्रमाणे दारिद्र्य त्यांच्याही मानगुटीवर कित्येक दिवस बसले होते.

त्यांचा आवाज नेहमीपेक्षा वेगळा झाला आणि हनुवटी चोळीत ते बायकोला म्हणाले, ''या गोष्टी समजाव्यात, असं त्यांच्या बाबतीत काही घडलंच नाही. वस्तू हरवली की ती शोधावी, हेसुद्धा त्यांना माहीत नाही; बाजारातून दुसरी आणा, असं ती सहज म्हणतात. ही चूक आपली आहे; असल्या गोष्टींची जाणीव आपण त्यांना करून दिली पाहिजे.''

बेबीच्या आईला हे म्हणणे पटले. जीवनात पुढे उपयोगी पडतील अशी वळणे आपण आपल्या मुलांना अद्याप लावली नाहीत, ही गोष्ट बरी नाही, असे आईला वाटले. ती हुरहूर मनात घेऊनच आई उद्योगाला लागली आणि बेबीचे पपा पण कोचात रेलून गंभीरपणाने दुपारची वर्तमानपत्रे चाळू लागले. त्या दिवसापासून बेबीची आई बेबीला गरीब लोकांचे जीवन कसे कष्टमय असते, ते सांगू लागली. त्यांच्याकडे सहानुभूतीने पाहावे, त्यांचा उपहास करू नये, असे सांगू लागली आणि हळके-हळके पोस्टमनविषयीच्या करुणेने लहानग्या बेबीचे मन भरून गेले. त्या बापड्याचे कष्टमय जीवन तिने कल्पनेने चितारले आणि त्या करुण चित्राकडे बघून तिचे मन द्रवू लागले. अरण्यात चुकलेल्या बाळाविषयी परीला जशी करुणा वाटते, तशी करुणा तिला या अनवाणी पोस्टमनविषयी वाटू लागली. परी जशी बाळाला दया दाखविते, तशी दया आपण या माणसाविषयी दाखवावी, असे वाटू लागले. आपल्याला पाय नाहीत म्हणून नेहमी मनात झुरणारी ती पोर अनवाणी पोस्टमनविषयी विचार करू लागली. तेच दुःख तिचेही झाले. रोज दुपार झाली, सूर्य चढला, ऊन तापू लागले की, ती पोस्टमनच्या वाटेकडे डोळे लावून बसू लागली. तो येण्याची वेळ टळली, उन्हं उतरली की तिला हायसे वाटे. जणू काही तिचे पत्र नव्हते म्हणजे पोस्टमनला सुट्टीच होती. तो इकडे आला नाही तसा दुसरीकडेही गेला नाही; त्याचे

पाय पोळले नाहीत. त्याला ऊन लागलेच नाही.

'अनवाणी चालले म्हणजे पाय किती पोळतात? फार पोळतात का? डोळ्यांना पाणी येते का? कानातून कळा येतात का?' हे प्रश्न बेबीच्या मनात वरचेवर येत. पाय कसे पोळतात, हे तिला नक्की माहीत नव्हते. अनवाणी पायाने ती कधी तापल्या रस्त्यावरून चाललीच नव्हती. मग एकदा रखरख ऊन पडले असताना ती उठली आणि आजूबाजूला कोणी नाही, असे बघून व्हरांड्यात आली. बंगल्याच्या अंगणात पसरलेली वाळू उन्हाने चमकत होती. बेबीचे डोळे दिपले. काखेत कुबड्या घेऊन तोल सावरीत ती व्हरांड्याच्या अगदी कडेला आली. चार पायऱ्या उतरायच्या होत्या. बेबीच्या छातीत धडधड सुरू झाली. हे जमेल का, पाय दुखतील का... तिचा श्वास जोराने होऊ लागला. तो आवरता आवरेना. पण तिने निश्चय केला. खालच्या ओठावर दात रुतविले. श्वास रोधला आणि हळूच उजवी कुबडी उचलून खाली पायरीवर ठेवली. त्यामागोमाग सावकाश अधू पाय ठेवला आणि मग धडपडत, पुढे-मागे होत एका झटक्यात चारी पायऱ्या उतरून ती खाली आली. ही सगळी क्रिया आपोआप घडली. उलटीसुलटी वाहने धावताहेत असा रस्ता एखाद्या लहान मुलाने मिटल्या डोळ्यांनी धूम ठोकून पार करावा तशी ती पायऱ्या उतरून खाली आली. तिचे पाय गुडघ्यांत दुखले. डाव्या पायाचा अंगठा मुरगळला. वेदना सोशीत खालच्या पायरीवर बेबी डोळे मिटून उभी राहिली. तिचे पाय थरथर कापत होते. शरीराची आणि मनाची सगळी क्षुब्धता निवळ्यावर पोर्चच्या सावलीतून बेबी पुढे झाली आणि गरम तापलेल्या वाळूवर तिने पाय ठेवले. क्षणार्धात ती वेदना तिच्या तळव्यांतून शिरून केसांपर्यंत आली 'आई गंऽऽ' अशी किंकाळी तिच्या तोंडातून बाहेर पडली आणि त्याबरोबर तळवे उचलून टाचेवर उभे राहण्याच्या धडपडीत तोल जाऊन बेबी धाडकन खाली कोसळली!

आई धावत आतून आली. घाबरल्या आवाजात 'बेबी, बेबी, माझ्या राजा!' असे ओरडत आईने तिला उचलले. मोलकरणीला हाक मारली. आईने आणि मोलकरणीने उचलून तिला आत आणले. कॉटवर ठेवले. बेबीला कुरवाळीत गोंजारीत आईने विचारले, "बाई, काय झालं गं? कशी पडलीस?" तेव्हा मिटले डोळे उघडून बेबीने स्मित केले. ती म्हणाली, "काही नाही गं; माझे पाय पोळले."

बेबीने मनाशी निश्चय केला की, यापुढे त्या गरीब पोस्टमनला अनवाणी चालू द्यायचे नाही. त्याच्या पायात वहाणा घालायच्या. पप्पांना सांगून त्याला पाच रुपये द्यायचे. पण रुपये हातात आल्यावर तो वहाणा घेईल का? का आपल्या मुलाबाळांसाठी, आई-वडिलांसाठी तो हे पैसे खर्च करील आणि पुन्हा अनवाणीच चालेल? त्यापेक्षा पप्पांना सांगून त्याला वहाणाच द्याव्यात! पण पप्पांना सांगितल्यावर त्यात आपले काय राहिले? तो काही आपला स्वत:चा परोपकार होणार नाही. हे आपण स्वत:

केले पाहिजे. आपण आपल्याजवळच्या पैशातून वहाणा घेऊन त्याला दिल्या पाहिजेत. पपांनी वेळोवेळी दिलेले पैसे आपल्यापाशी आहेत. थोडे थांबले तर ते पाच रुपये होतील. असेच करावे. बापड्या पोस्टमनला आपण स्वत: वहाणा द्याव्यात, हा विचार पक्का झाला आणि बेबीला विलक्षण समाधान झाले. आपण काही तरी फार मोठी गोष्ट करतो आहोत, या जाणिवेने ती आनंदून गेली.

नेहमी येणारा चांभार जेव्हा घरी आला तेव्हा बेबीने त्याला जवळ बोलावून घेतले आणि पाच रुपये त्याला देऊन खासगी आवाजात सांगितले, "हरिबा, मला याच्या वहाणा आणून दे.''

हरिबाने बेबीच्या अधू पायांकडे पाहिले आणि मान हलवून म्हटले, "देतो की ताई. माप घेतो.''

"अरे, माझ्या पायाला नाहीत.''

"मग?''

"दुसऱ्यासाठी पाहिजेत. तू आणून दे म्हणजे झाले.''

हरिबा गोंधळून गेला. "पण ताई, कुणासाठी?''

"ते नाही मी सांगणार!''

"नका सांगू. पण माप कुणाचं घेऊ मी?''

"मापाशिवाय नाही का बांधता येणार तुला वहाणा?''

"येतील. पण त्या बरोबर कशा बसतील पायाला?''

याचा काही बेबीने विचार केला नव्हता. ती मोठ्या गोंधळात पडली. आपला सगळाच बेत फिसकटणार, असे तिला वाटू लागले. पोस्टमनला एकदम वहाणा देऊन चकित करण्याचा तिचा इरादा कोसळणार म्हणून तिला वाईट वाटले. काय बरे करावे? नकळत पोस्टमनच्या पायाचे माप कसे घ्यावे? तिने विचार कर-कर केला आणि शेवटी टाटकळून बसलेल्या चांभाराला सांगितले, "तू दोन दिवसांनी ये हरिबा, मग मी माप देईन.''

दुसऱ्या दिवशी पोस्टमन आला. 'बेबीसाहेबऽ' अशी हाक त्याने मारली. बेबी येईपर्यंत तो पोर्चमध्ये उभा राहिला. या अधू मुलीविषयी सगळ्यांना वाटे, ती हळहळ त्यालाही वाटत होती. त्या हळहळीमुळेच फारसा न बोलणारा बुजरा असा पोस्टमन बेबीशी विशेष अदबीने वागत होता. पत्रे हातात घेऊन थोडा वेळ तो उभा राहिला. बेबी उशिरा आली. ती येताच त्याने स्मित केले आणि टपाल देऊन तो निघून गेला. ते टपाल खुर्चीवर टाकून बेबी व्हरांड्याच्या कडेशी आली. तिला पायऱ्या उतरायच्या होत्या. भीतीची कळ तिच्या छातीतून उठली, पाय कापू लागले, श्वास जोराने होऊ लागला. पण तिला पायऱ्या उतरायच्या होत्या; काहीही झाले तरी हे तिला करायचेच होते. डोळे मिटून तिने धीर गोळा केला. मनोमन प्रार्थना केली, 'देवा,

मला पाडू नकोस. मी पडले की आई धावून येईल आणि माझे काम काही होणार नाही. मला पाडू नकोस!' आणि मग डगडगत्या शरीराने ती पायऱ्या उतरली. तीच धडपड, तीच कळ; पण देवाने प्रार्थना ऐकली. बेबी पडली नाही. रक्त उसळून आले, कानशिले तापली आणि पायऱ्या पार करून ती खाली आली.

जितके कष्ट पायऱ्या उतरायला लागले तितकेच खाली बसायला झाले. तसे शरीर हिंदकळले. डोक्यात काही हलले. पण बेबी कष्टपूर्वक खाली बसली. फ्रॉकच्या पुढच्या खिशातून तिने कंपासपट्टी काढली आणि नुकत्याच गेलेल्या पोस्टमनच्या पावलांची मापे घेतली. आडवी, उभी, तिरकी... ती मापे, तो आकार डोक्यात नीट नोंदविला आणि मग पुन्हा तेच सगळे कष्ट घेऊन बेबी परत आपल्या खोलीत आली. कॉटवर बसून तिने काही वेळ विश्रांती घेतली. चित्रकलेचे ज्ञान आता पणाला लागले होते. कागद, पेन्सिल घेऊन बेबी आकृती जमवू लागली. पांढऱ्या शुभ्र कागदावर तिने रांगोळीसारखे ठिपके मांडून घेतले आणि सावकाश, काळजीपूर्वक ती पायाचा तळवा काढू लागली. हळूहळू कागदावर तळव्याचा आकार उमटू लागला.

हरिबा चांभाराला माप मिळाले. त्या हिशेबाने त्याने वहाणा बांधून आणून बेबीपाशी दिल्या. शिमगा होऊन गेला आणि पोस्ट मागण्यासाठी दुपारचा पोस्टमन कधी येतो याची बेबी वाट पाहू लागली. इतके दिवस झाले; पण बेबीला त्या पोस्टमनचे नाव काही ठाऊक नव्हते. पोस्टमनला नाव तरी असते का? सकाळचा पोस्टमन, दुपारचा पोस्टमन, तारेचा पोस्टमन – याशिवाय त्याला काही वेगळे असे नाव असले पाहिजे; बेबीने ते विचारायचे ठरविले.

मग एकदा तो दुपारचा आला आणि बेबी येण्याची वाट बघू लागला. पाय ओढीत-ओढीत बेबी आली. तिच्या हातात वर्तमानपत्रात गुंडाळलेले काही तरी होते. व्हरांड्यावर येऊन ती उभी राहिली. नेहमीप्रमाणे ओठ न उघडताच पोस्टमन हसला. पत्रांची जुडी त्याने बेबीच्या हातात दिली. बेबीने विचारले, ''का हो पोस्टमन, तुमचं नाव काय?''

''हरी – हरी पांडुरंग कुलकर्णी... का हो?''

''कुलकर्णी?'' बेबीला आश्चर्य वाटले. कुलकर्णी आडनावाचा माणूस कधी पोस्टमन असतो, हे तिला ठाऊक नव्हते.

मग पोस्टमन जाण्यासाठी वळू लागला. घाईघाईने बेबी म्हणाली, ''अहो, तुम्ही शिमग्याचं पोस्ट नाही मागितलंत?''

पोस्टमन म्हणाला, ''मागीन नं ताई, साहेबांची आणि माझी कधी गाठच पडत नाही.''

''मी दिलं तर चालेल का?''

''तुम्ही कशाला? साहेबांच्याकडून घेईन मी.''

"पण मलाच द्यायचं असलं तर?"

आणि मग बेबीने वहाणांचे बंडल हरी पोस्टमनच्या हाती दिले. गोंधळून, आश्चर्यचकित होऊन त्याने ते उघडले. आत सुरेख वहाणा होत्या. नव्या चमड्याचा वास भपकारत होता.

"हे काय?"

"तुम्हाला वहाणा!" सालस शेतकऱ्याच्या मुलीला परीने सोने-मोती घावेत आणि ते देताना हास्य करावे, तसे प्रसन्न हसून बेबीने हरीकडे बघितले. "मी पुष्कळ दिवसांपासून बघतेय, तुम्ही अनवाणी येता. तुम्हाला कमी पगार असेल; तेवढ्यात तुमचे भागत नसेल. मनात असूनही तुम्हाला वहाणा घेणे जमत नसेल. म्हणून मी माझ्या स्वतःच्या पैशांतून या आणल्या!"

पोस्टमनला काय बोलावे, हे कळेना! वहाणा घेणे ही गोष्ट फार लांबली होती, हे खरेच होते. प्रपंचाच्या झिंगटातून हे राहिले होते. आज-उद्या करता करता बरेच दिवस अनवाणी हिंडणे झाले होते. सर्पण किंवा पीठ नसले म्हणजे जसे अडते तसे काही वहाणांनी अडत नाही, नाही का?

बेबी म्हणाली, "बघा, तुमच्या पायाला होतात का?"

पोस्टमनने काचेची वस्तू खाली ठेवावी तशा वहाणा खाली ठेवल्या.

"बेबीताई, तुम्ही माप कसं मिळवलंत?"

"इथं वाळूवर तुमची पावलं उठतात, त्यांच्यावरून मी पट्टीनं लांबी-रुंदी मोजली; कागदावर तळवा काढला आणि तो आमच्या चांभाराकडे दिला."

मग तर पोस्टमनला काय बोलावे, हे मुळीच कळेना. असे कधी यापूर्वी त्याच्या बाबतीत घडले नव्हते. वहाणांकडे बघत तो किती तरी वेळ गप्प उभा राहिला. त्याचे अंतःकरण जड झाले होते. वरचेवर तो घुटके घेत होता.

बेबी म्हणाली, "घाला की पायांत."

पोस्टमनने बेबीच्या पायांकडे पाहिले. अपराधी होऊन वहाणा पायांत घातल्या. सलाम करून तो घाईने फाटकाबाहेर पडला.

खाली मान घालून हरी गेटाबाहेर पडला. कुबड्यांच्या आधाराने अजून बेबी उभी होती. पायात वहाणा घातलेला पोस्टमन कसा चालतो, ते ती बघत होती.

पोस्टमन मनात म्हणत होता, 'या लेकरानं मला अनवाण्याला वहाणा दिल्या; त्याला पाय नाहीत, ते कसे देणार मी? मनाला कितीही वाटलं, तरी तिच्यापाशी नाही, ते कुणी तिला देऊ शकत नाही.'

बटवडा आटपून हरी पांडुरंग पोस्टात गेला. मोठ्या साहेबांच्या टेबलासमोर जाऊन म्हणाला, "साहेब, माझी लाइन बदला. सिटीत घाला कुठंही!"

लोणी आणि विस्तू

जी.आय.पी. दादरच्या पोस्टापाशी रघू शिंदे बसलेला होता. फाटकाला लागूनच त्याची जागा होती. डोक्यावर एक अठरा काड्यांची छत्री, समोर एक रिकामे खोके, बसायला सुंदर खुर्ची, लिहायला दौत-टाक, कोरे कागद, पोस्टाची तिकिटे, पाकिटे, मनिऑर्डरीचे फॉर्म्स असे सगळे साहित्य घेऊन रघू दिवसभर गिऱ्हाइकांची वाट बघत पोस्टाशेजारी बसून असे. दौत, टाक हे त्याचे भांडवल होते. लिहायला न येणारे देशावरचे लोक हे त्याचे गिऱ्हाईक होते. रोज निरनिराळ्या मजकुराची कार्डे त्याला लिहावी लागत. एक तारखेपासून दहा तारखेपर्यंत मनिऑर्डरचे फॉर्म भरून द्यावे लागत. कार्डाला दोन पैसे, पाकिटाला एक आणा आणि मनिऑर्डरीच्या फॉर्मला सहा पैसे असा त्याचा दर होता. या धंद्यावर त्याला महिन्याकाठी पन्नास-साठ रुपये मिळत. त्यावर त्याचे भागत होते. बायको-पोरांचा व्याप पाठीमागे नव्हता. त्यामुळे एवढ्या मिळकतीत तो टुकीने राहत असे.

दुपारी तीन-साडेतीनचा सुमार होता. छत्रीच्या सावलीखाली रघू पेंगत होता. महिन्याची सतरा तारीख होती. त्यामुळे गिऱ्हाईक कमी होते. बुधवारसारखा आडवारही होता. त्यामुळे सकाळपासून फक्त दोन कार्डे लिहून झाली होती.

मुंबईचा उकाडा घामटा काढीत होता. समोरच्या व्हिन्सेंट रोडने मोटारगाड्या, ट्रामगाड्या धावत होत्या. फुटपाथवरून तुरळक माणसे जात-येत होती आणि रघू दुपारची डुलकी घेत होता.

एवढ्यात एक अंगाने सुटलेली घाटीण बरोबर एका तरण्याताठ्या बाईला घेऊन आली आणि रघूपाशी उभी राहून म्हणाली, ''कारीड लिवतो का बाबा?''

रघू सावरून बसला आणि कानावरचा टाक काढीत म्हणाला, ''हो-हो, या की बाई!''

लुगड्याचा घोळ मागे टाकीत ती बाई फुटपाथवरच बसली आणि शेजारी उभ्या असलेल्या त्या तरुण बाईला म्हणाली, ''हां, खाली बस चिंगा. सांग तुला काय लिवायचं हाय ते!''

चिंगाने डोईवरचा पदर ठाकठीक केला. दोन्ही मांड्यांवर लुगडे नेसल्यामुळे तिला पटकन खाली बसता आले. लुगडे आवरून ती दोन पायांवर बसली आणि हाताचा मुटका गालावर टेकून रघूकडे बघू लागली.

खोक्यातून कार्ड काढता-काढता रघूने चिंगाला ओझरते बघून घेतले. बऱ्या बाया आल्यावर त्यांच्याकडे जमेल तसे बघण्याचा त्याचा परिपाठच होता. त्यात चिंगा देखणी होती. तिचा बांधा अटकळ होता. रंग गव्हाळ होता. कुणाही पुरुषाच्या मनात चलबिचल व्हावी, असेच तिचे रूप होते. विशेष म्हणजे तिची छाती फार नजर खेचणारी होती आणि कपाळावर कुंकू नसल्यामुळे तिच्याकडे धीटपणाने पाहायला मन दबकत नव्हते. कार्ड पुढे घेऊन रघू म्हणाला, ''हां सांगा, कुणाला लिहायचं आहे कार्ड?''

अंगाचा पसारा बहुत असलेली ती म्हातारी म्हणाली, ''भावाला ल्हेता, का आईला ल्हेता?''

''तुम्ही सांगाल त्याला लिहितो. तुम्हाला कुणाला लिहायचं आहे?''

''आईलाच ल्हा म्हने. कसं गं चिंगा?''

चिंगा मात्र गोंधळून गेली होती. कारण तिला कार्ड कसे लिहितात, हे ठाऊक नव्हते. बापजन्मी ती पहिल्याप्रथमच हे लिहीत होती आणि म्हणूनच तिने सखूबाईला बरोबर आणले होते. सखूबाई आज पाच-सहा वर्षे मुंबईत राहत होती. तिला सगळे माहीत होते. सखूबाईने मत विचारताच ती बोलली, ''मला गं काय ठावं? तूच सांग.''

''हां? अगं, लिवायचं तुला अन् मी काय सांगू? भाऊबी कळता हाय तुजा, आईबी घोर करीत असंल.'' क्षणभर सखूबाईचाही या बाबतीत निश्चय होईना. आईला लिहावे की भावाला लिहावे? दोघांपैकी एकालाही वाचता तर येतच नव्हते. पण भाऊ कळता असला तरी आईच घरची कारभारीण होती. शिवाय कार्ड लिहायचे ते

वडीलमाणसालाच लिहिले म्हणजे बरे! आईजवळ विशेष मोकळेपणानंही लिहिता येतं. हा सगळा विचार पोक्त सखूबाईने केला आणि लिहिणाऱ्या बाबाला म्हटलं, "ल्ह्या म्हनं आईलाच –"

टाक सुधारून रघूने विचारले, "काय नाव?"

"सांग गं नाव चिंगा."

"हां? आता तुला ठावं न्हाई व्हय आत्ये? सांग की –"

"आगं, नाव समदं सांगावं लागतं! माझ्या कुटं ध्येनात हाय आता? काय सगु, का कायनु हाय न्हाई?"

रघूला ही सवय होती, नावाचा हा घोळ त्याच्या चांगल्या परिचयाचा होता.

"हं, सगुणाबाई. नवऱ्याचं नाव काय? तुमच्या नव्हे, सगुणाबाईच्या. म्हणजे तुमच्या बापाचं."

चिंगा खाली बघत म्हणाली, "शिरीपती पाटील."

"सगुणाबाई श्रीपतराव पाटील. मुक्काम?"

दोघीही जणी रघूच्या तोंडाकडे बघू लागल्या.

"अहो, गाव कोणतं तुमचं चिंगाबाई? कुठल्या गावी लिहायचं आहे पत्र हे?"

"हे... पाडळीला वं!"

"पाडळी? पोस्ट आहे का गावाला?"

"न्हाई. पोस्टमन येतो बाजाराच्या वारी."

"पाडळी म्हणजे कोरेगाव तालुक्यातलं का?"

"व्हय व्हय, कोरेगावला हाय बघा पोस्ट."

"म्हणजे जिल्हा उत्तर सातारा. ठीक आहे; काय लिहायचं आहे ते सांगा."

"सांग की गं आत्ये."

"हां, अगं दोडा, तुला ल्ह्याचं हाय का मला? येडी! सांग भराभरा त्येस्नी, का उगंच खोळंबा?"

चिंगा फारच गोंधळली. काय सांगावे, हे तिला सुधारेना. पाय थोडा लांबवून तिने लुगडे लवणीत गोळा करून घेतले, पुनःपुन्हा पदर नीट केला. सखूबाईकडे बघून ती ओशाळवाणी हसली.

रघू घाईने म्हणाला, "आटपा आटपा, काय लिहायचं ते सांगा भराभरा. टाक वाळला माझा."

आवंढा गिळून चिंगा आत्येला म्हणाली, "हेच की गं आत्ये. काय घोर लावून घेऊ नगंस जिवाला. मी काय वाटंवर पडल्याली न्हाई. काम गिरनीत लागलंया आन्... हेंच की, दुसरं काय लिवायचं?"

एवढं बोलून चिंगी लाजली. डाळिंबं फुटल्यासारखी हसली. गडबडीने तोंडाला

पदर लावून सखूबाईकडे पाहू लागली.

रघूला मोठी मजा वाटली. चिंगच्या बाव्हट्याला धक्का देऊन सखूबाई म्हणाली, ''अगं, नीट खुलासंवार सांग की, म्हंजे ह्यो बाबा लिवंल चांगलं. बारीक बारीक लिव बाबा. मावलं पायजे समदं!''

''ते बघतो मी. पण तुम्ही सांगाल तर खरं, काय लिहायचं ते!''

''हेच की वं, घोर करू नगं म्हनावं. मी आत्येच्यात भाकरी खात्ये. दामूच्या पोराला बरं हाये का? म्हनावं, खर्चाची आव करू नगंस. पायजे तर शेळी आन् दोन बोकडं हायते ती मोड, तिसाच्या खाली दिऊ नगंस. का गं आत्ये? दामू काय खर्चाला द्याचा न्हाई तिला आन् मग कुनापाशी हात पसरावं तिनं? माजं अजून शिकनं हाय. पगार मिळू लागला म्हंजे रुपयं धाडीन त्यातनं. पऱ्याग वानीनीचं उचललेलं रुपयं पयलं दे म्हणावं. वानीन तोंडाळ हाये गं! ती बघ तिचा जीव घिल बोलून-बोलून.''

चिंगी कधी आईला उद्देशून, तर कधी सखूबाईला उद्देशून बोलत होती. ह्यातला मजकूर कोणता आणि बोलणे कोणते, हे शोधून काढणे सामान्य माणसाला कठीण होते. पण रघू आज तीन वर्षे धंदा करीत होता. त्याने भराभरा मजकूर लिहिला. चिंगी कधी खाली बघून, तर कधी आत्येच्या तोंडाकडे बघून बोलत होती.

''सासरची माणसं बोल लावत्याल, मला कशाला मुंबईला धाडली म्हनत्याल, वाईट-वकटं बोलत्याल; पर आपन मनवार घ्याचं न्हाई. जग माघारी राजाला रांडलेका म्हनतं. वनवास कुणाला चुकत न्हाई. आपला आपन इचार करावा.''

मघाचा संकोच, लाज जाऊन चिंगा आता गंभीर झाली होती. तिचे डोळे पाण्याने लकाकत होते आणि आवाज भरल्यासारखा येत होता. सखूबाई मधूनच 'हां हूं', 'तर गं', 'बरं गं बाय माजे' असं म्हणत होती आणि या सगळ्या बोलण्यातून संगतवार मजकूर निवडून रघू कार्डावर लिहीत होता. कार्ड भरले तरी चिंगाचा मजकूर संपला नाही. तो संपावा म्हणून रघू म्हणाला, ''कुणाला निरोप, दंडवत?''

''तर वं! लिवा की सगळ्यास्नी. हरिदादाला सांगा म्हणावं खुशाली. म्हमुलाल चिच्याला म्हणावं, तुज रुपयं न्हाई ठिवनार. दिऊ सावकाशीनं पर! गबा नानीला, सुंदरा सोनारनीला – कोन गं ऱ्हायलं आत्ये?''

यावर ओली अक्षरे वाळूने झाकीत रघू म्हणाला, ''पुढच्या खेपेला लिहा आता. जागा संपली.''

आणि घाईने पत्ता लिहिला, ''टाका त्या तांबड्या पेटीत.''

सखूबाई म्हणाली, ''आरं, पर वाचून तरी दावशील का न्हाई रं बाबा?''

मग रघूने भराभर पत्र वाचून दाखवलं. ध्यान देऊन ते चिंगाने आणि सखूबाईने ऐकले. मधून-मधून सखूबाई म्हणत होत्या, ''काय? पुन्ना वाचा, काय? पुन्ना

सांगा.'' असे होता-होता बराच वेळ गेला. म्हातारीच्या कटकटीला रघू कावून गेला. पण त्या निमित्ताने त्याला चिंगाकडे नीट पाहता आले.

शेवटी लिखणावळ देऊन आणि पत्र पेटीत टाकून त्या दोघी जणी निघून गेल्या. त्या लांब जाईपर्यंत रघूची नजर चिंगाचा पाठलाग करीत होती. निळ्या कासोट्याची पट्टी बराच वेळ त्याच्या मनात रुळत होती.

संध्याकाळी दुकान आवरून तो घरी आला. राईसप्लेट जेवला आणि दुमडला हात उशाशी घेऊन चटईवर झोपला तरी चिंगाचे ठसकेबाज बोलणे त्याच्या कानात घुमत राहिले. वरचेवर तो उलथापालथा झाला. वारंवार त्याने अस्कारे-सुस्कारे टाकले.

या गोष्टीला आठ-दहा रोज उलटून गेले. रघूच्या मनातून ती टुचबाज बाई जाईना. कार्डावर दिलेला पत्ता आठवून-आठवून तो दहा नंबरच्या सिमेंटाच्या चाळीभोवती चक्कर मारून आला. पण चिंगा दिसली नाही. गिरणी सुटण्याच्या वेळी तो वेड्यासारखा नायगाव क्रॉस रोडवर उभा राहिला. पण गिरणी कामगारांच्या त्या दर्यात त्याला चिंगा सापडली नाही. येता-जाता कधी, कुठे तरी दिसेल, या आशेवर उगीचच तो राहिला. पण मुंबईत असे कधी घडते का? एका चाळीत राहणारी माणसे महिना-महिना नजरेला पडत नाहीत; खोलीशेजारी खोली असून कुणी कुणास ओळख देत नाहीत; त्यात कधी एकदा पत्र लिहून घ्यायला आलेली देखणी बाई रघूला कशी भेटेल? कशी ओळख देईल? रघू तिच्यावर आशक झाला आहे, हे तिला कसे कळावे? आणि कळले; तरी तिने त्याच्यावर आशक कसे व्हावे? ती काय बाजारबसवी होती? रघू काय मोठा राजबिंडा आणि धनंतर माणूस लागून गेला होता? उगीच वाऱ्यापाठीमागे लागण्यात काय बरे मतलब होता?

कितीही विवेक केला तरी रघूचा जीव झुरमुरायचा राहीना, त्याची चुटपुट जाईना. दिवसभर तो पोस्टापाशी बसत होता. नाना मजकुराची कार्डे लिहीत होता. याची खुशाली त्याला कळवीत होता; पण त्याची खुशाली उडाली होती! कुण्या जन्माचे काय लागेबांधे असतील ते असोत; आजवर कपाळी कुंकू नसलेल्या, देशावरून पोट भरण्यासाठी मुंबईला आलेल्या अनेक बाया त्याने पाहिल्या होत्या. तासन् तास रघूच्या शेजारी बसून त्यांनी त्याला आप्त समजून मजकूर सांगितला होता; पण तो कधी त्याच्या मनात उतरला नव्हता. एखाद्या बाईचा देखणा बांधा, एखाद्या बाईची हटेल छाती, एखाद्या बाईची गहिरी नजर त्याला बेचैन करून गेली होती. पण किती? उगीच घटकाभर, उगीच तात्पुरती! अनोळख्या बाईच्या दर्शनाने वेडापिसा बनायला रघू काही अठरा-विशीतला पोरगा नव्हता. या बाजूला तो यापूर्वी कधी फिरकला नव्हता, हे सगळेच त्याला अनोळखी आणि म्हणूनच हवे-हवे होते असे मुळीच नव्हते. रघूने पाणी चाखले होते, दुनिया बघितली होती. पण असे असूनही

काही तरी गफलत झाली होती खरी. पाडळी गावच्या त्या बाईने रघूच्या जिवाची नुसती दैना-दैना केली होती. कशात काहीच नव्हते. घटकाभर चमकारा मारून गेलेल्या बिजलीवाणी रघू उगीच कासावीस झाला होता!

दोन-अडीच महिने गेले. रघूचा नाद थोडा कमी झाला. आपल्या उद्योगात तो गर्क झाला. उगीचच आपण त्या बाईपायी वेडे झालो. कशात काही हाती लागण्यासारखे नव्हते, आपण उगीचच उराला वाळू लावून घेतली, असे त्याला वाटले. दिवस गेले तशी ती कासोट्याची पट्टी त्याच्या मनातून निघून गेली.

आणि मग एका दहा तारखेला पुन्हा ती म्हातारी आणि चिंगा रघूकडे आली. मनिऑर्डरी करण्यासाठी पोस्टात गर्दी उसळली होती. भय्ये, गिरणीमजूर, हमाल यांची एकच घाई चालली होती. फॉर्म लिहिता-लिहिता रघूचे निब तापून गेले होते आणि अशा गर्दीत त्या दोन्ही बाया रघूपाशी आल्या. सखूबाई म्हणाली, "मन्याडर करायची हाय रं बाबा!''

रघूने चिंगाकडे पाहिले आणि तो बोलला, "कुठं पाडळीला काय? दामूला का सगुणाबाईना?''

चिंगाने डोळे मोठे करून आत्येकडे पाहिले. तिला मोठे कौतुक वाटले. या बाबाने नावे कशी फाडकन घेतली याचे तिला आश्चर्य वाटले आणि काही न बोलता ते तिच्या तोंडावर दिसले. फतकल घालून खाली बसत म्हणाली, "बरं रं ध्यानात हाय तुझ्या! शेकड्यानं मानसं येत्यात-जात्यात, त्या सगळ्यांनी नावं किती ध्येनात धरशील?''

"सगळ्यांची कशी राहतील आजी? काही जणांची राहायची, काही जणांची विसरायची!''

"मग आमचंच बरं न्हायलं तुझ्या ध्येनात?''

"मी किन्हईचाच नव्हे काहो!''

"आं? पंताच्या किनवीचा?''

"होय की! त्यामुळेच तुम्ही पाडळी म्हणाल्यावर मी तालुका, जिल्हा सांगितला.''

एवढे म्हणून रघूने चिंगाकडे हसून बघितले. ती बावरूनच गेली होती. कार्ड लिहिल्यावर या बाबाचा चेहरा काही तिच्या ध्यानात राहिला नव्हता. दहा माणसांत कुठे गाठ पडली असती तर तिने काही रघूला ओळखले नसते. पण या लिवणाऱ्या बाबाने मात्र ओळख कशी कायम ठेवली? जसजसा रघू बोलू लागला, तसतसा याचा उलगडा झाला आणि मग केवळ लिहिणारा बाबा यापलीकडे जाऊन हा आपल्या गावाकडचा आहे, ही नवी भावना तिच्या मनात येऊन बसली.

सखूबाईने मग आपलेपणाने विचारले, "किनवीचा कुनाचा रं तू?''

"मी बाळा शिंद्याचा मुलगा!''

"शिंद्याचा व्हय? एकलाच हायेस हतं?"

"होय. तीन वर्षे झाली."

"त्यो आन्ना शिंदे हाय वळकीचा?"

"आमचा चुलत चुलता तो!"

सखूबाई कौतुकाने म्हणाली, "व्हऽऽऽय?"

"होय की!"

"अरं, मग वळकीचा हायेस तू आमच्या मुला! चिंगा, त्यो गं अन्ना, गलमिशावाला, डोक्शावर आवाळू हाये, त्यो?"

चिंगाला काही आठवले नाही, पण ती उगीच म्हणाली, "व्हय की वं, आत्ती!"

मग सखूबाईने हक्काने मनिऑर्डरीचा फॉर्म रघूकडून लिहून घेतला आणि लायनीत उभी राहण्यासाठी चिंगाला धाडून दिली. रघूपाशी बसून ती इकडच्या तिकडच्या गोष्टी बोलू लागली. रघूनेही म्हातारीला बोलून मोकळी केली आणि घराची चौकशी केली, चिंगाविषयी विचारले.

म्हातारी म्हणाली, "माजी खनवळ हाय हतं, आगीच्या बंबाच्या मागं. बारा गडी येत्यात रोज. ही माझ्या मावस भावाची ल्येक, चिंगा. दाल्ला मेला, बापबी न्हाई. भाऊ हाय, पर उगंच उंडगा हाय. आई चांगली हाय बिचारी. बाप मेल्यावर लोकांची धुनी धुऊन, रोजगारी करून पोरं व्हाडविली. लगीन करून दिलं ह्या पोरीचं, पर परालब्द बाबा – काय करतूस? नवरा खरचला. चार सालं झाली. मग मी म्हनलं, घे हाकडं लावून मुंबईला माझ्यात. हा, गिरनीत वळकीनं लावून दिलीया तरासन खात्यात. बरं हाय आता. सासरची मानसं बरी न्हाईत रं!"

म्हातारी बोलत होती आणि रघू होय का, आस्सं, अरारा, असे म्हणत होता. हळूहळू म्हातारीच्या बोलण्यातून त्याला या सगळ्या कुटुंबाची माहिती होत होती. वरचेवर कपाळावरचा, गळ्यावरचा घाम पुशीत चिंगा लायनीतून पुढे-पुढे सरकत होती. मनिऑर्डर करायची म्हणजे काय करायचे, ते तिला माहीत नव्हते. जाळीत बसलेला बाबा आणखी काही विचारतो का काय, आत्ती जवळ असती तर बरं झालं असतं, असे तिला वाटत होते. राहून-राहून ती मागे वळून बघत होती, पण बाहेरचा भाग दिसत नव्हता. पुरुषांच्या लायनीतील माणसे चिंगाकडे टकामका पाहत होती.

शेवटी जाळीतल्या बाबाने दिलेले चिठोरे घेऊन चिंगा बाहेर आली. सखूबाई अजूनही लिवणाऱ्या बाबाबरोबर बोलत होती. चिंगाने आणलेले चिठोरे सखूबाईला दिले. सखूबाईने ते शिंद्याला दाखवून विचारले, "हाय का बरोबर?"

"हां, उद्या-परवा मिळतील त्यांना पैसे."

मग चोळीचा हात उलगडून चिंगाने लिखणावळ दिली आणि दोघी जणी परत फिरल्या. कानावर टाक ठेवून रघू गप्प बसून राहिला. मग दिवसामागून दिवस गेले.

मनिऑर्डर पाठविल्यानंतर एक वेळ पुन्हा सखूबाई आणि चिंगा पत्र लिहिण्यासाठी आल्या होत्या. रघूने पत्रात मजकूर लिहिला होता –

'मला गावाकडची फार सय येते. पैसे मिळाल्याचं तुमचं कार्ड मिळालं. तू लुगडी घे. दामूच्या पोराला औषधपाणी देण्याबाबत हयगय करू नये.

बोकडे, शेळी ठेवून काय करायचे? आपला जीव सुखी नको का? निदान बोकडे तरी मोडावीत. भाव येण्याच्या आशेने थांबू नये. आज अडचण आहे, ती ओळखली पाहिजे.

माझे नशीब काही वाईट नाही. वाईट वाटून घेऊन नेहमी डोळे गाळू नयेत. देव माझे सगळे नीट करील. पन्यागाचे पैसे देऊन टाकले, हे बरे केले. म्हम्मूलाल चिच्याला म्हणावं, थोडा धीर धर. आम्ही काय देश सोडून जात नाही.

हेच पत्री हरिदादाला दंडवत. दामूस नीट वाग म्हणावं. लिहिणाराचा वाचणारास दंडवत.'

यानंतर पुढच्या महिन्याला रघूने वाट बघ-बघ बघितली. पण चिंगा मनिऑर्डर करायला आली नाही.

एक तारीख गेली, दोन गेली, सोळा आली तरीही चिंगाचा पत्ता नव्हता. रघूला उगीचच काळजी लागून राहिली. काही बरे-वाईट तर घडले नसेल ना, अशी शंका आली. एकवार त्याला असेही वाटले की, आपण म्हातारीकडे म्हणून जावे आणि चौकशी करावी. पण त्यामुळे संशयाला जागा राहिली असती आणि शिवाय पत्ता होता तो आहे, का बदलला असेल? नाही, पण जाऊन यायला काही हरकत नव्हती; पण रघूचा धीर होत नव्हता. पत्र लिहिण्यापुरती ओळख. तेवढ्या आधारावर एका तरण्याताठ्या बाईकडे कसे जावे? त्यातून बाईच्या स्वभावात मुंगी जावी एवढीसुद्धा फट नव्हती; ती तशा चालीची दिसत नव्हती. आपण काही करायला गेलो, तर हात भाजून घेण्याचा संभव होता. चांगल्या ठिकाणी धीटपणा करायला छाती पाहिजे असते; रघूपाशी ती नव्हती. खडा टाकून पाहावा; लागला तर लागला, नाही तर नाही, एवढा मुर्दाडपणाही नव्हता. तो आपला मनोमनी झुरत, वाट बघत राहिला.

माणसे येत होती, जात होती. रघू कार्डे-पाकिटे लिहीत होता, मनिऑर्डरीचे फॉर्म भरीत होता. मुंबईचा उकाडा वाढत होता. अठरा कड्यांच्या छत्रीखाली राहूनसुद्धा रघूच्या जिवाची तलखी होत होती. असे करता-करता आणखी पाच महिने निघून गेले, पावसाळा संपला आणि थंडीचे दिवस आले.

नंतरच्या खेपेला चिंगा एकटीच आली. आठ तारीख होती. रघूचा जीव तिला

बघून फुलून आला. अंगावर बरा सदरा आणि बरे धोतर नाही याची त्याला जाणीव झाली. चिंगा जवळ आली तसा तो म्हणाला, ''या, या –'' आणि आपल्या डोक्यावरची छत्री त्याने थोडी कलती करून बाजूला सावली पाडली.

नेहमीप्रमाणे चिंगा डौलदारपणाने खाली बसली. तिचा पोशाख थोडा बदलला होता. नवी चिटाची चोळी, डाळिंबी रंगाचे लुगडे आणि पायात चपला असा बदल झाला होता. नजरेत धिटाईही आली होती.

रघूने विचारले, ''आज आत्याबाई नाही आल्या?''

''न्हाई सवड झाली तिला. आपन तरी सोबत कुठंवर घ्यावी? झाल्ये मी आता जुनी मुंबईत.''

''दामूचा पोरगा बरा आहे का आता?''

''न्हाई की. ते पोरगं जलमल्यापासनं बारीकच हाय बगा. बाळसंच न्हाई. सदान् कदा आजार त्याच्यामागं लागलाय.''

''तुमचा फार लळा होता वाटतं त्याला?''

''व्हय की. माझ्यापाशीच असायचं इळभर.''

''गेल्या महिन्यात मनिऑर्डर केली नाही? बोकडं विकून म्हम्मुलाल चिच्याचे पैसे भागवले काय सगुणाबाईने?''

''तेवढ्यात काय भागतंय वं! एक बोट देनं हाय त्येचं. कसं फेडनं तरी हुयाचं? माझ्या लगनात बगा आईनं काढलं हुतं साठ रुपयं, त्येचं इतकं भलं झालं!''

मग चिंगाने इकडे-तिकडे बघितले. आपण एका अनोळखी माणसापाशी असे बोलत बसणे बरे नव्हे, असे तिचे तिलाच वाटले. माणूस चांगला असला म्हणून काय झाले? बघणाराला काय?

घाईनं चिंगा म्हणाली, ''आत्या म्हनं, उशीर हुतोय मला!''

रघूला किती बरे वाटले ते बोलणे! एखाद्या जवळच्या माणसाला म्हणावे तशीच चिंगा हे म्हणाली होती. आज ती सोबत न घेता आली होती, मोकळ्या मनाने बोलत होती. ओळख वाढत होती. रघूने थोडासा धीटपणा दाखवायला काय हरकत होती? आपल्या मनातले थोडेसे सांगायला कसली अडचण होती? तीही एकटी होती, रघूही एकटा होता. ती देखणी होती. रघूचा धंदाही बरा होता आणि दिसायला तो काही अगदीच वाईट नव्हता. योगायोगाने गाठी जुळून आल्या आणि जन्माची सोबत घडली, तर दोघांचेही सोने होणार होते.

रघूला वाटले, आपण फार पुढे गेलो.

''काय, मनिऑर्डर करायची?''

''न्हाई; कारीटच लिवा म्हनं. योक उसूळ आनलाय मला त्येनी. आतुड्याला योक कागद येतोय गावाकडनं. आम्ही काय नोटा जाळून च्या करतोय व्हय

त्येच्यावर? लिवा म्हनं.''

रघूने भराभरा पत्ता लिहिला. तारीख टाकली. मायना लिहिला आणि म्हटले, ''हं सांगा.''

खरे तर आता हे न विचारतासुद्धा तो कार्ड लिहू शकला असता, इतकी त्याला माहिती झाली होती. चिंगाची तब्येत उत्तम आहे, हे दिसतच होते. तिची नोकरी बरी चालली असावी, हे तिच्या कपड्यांवरून कळत होते. मुंबईला चार जणांसारखे वागावे लागते, खर्च फार होतो, त्यात एकदम कापडे घेतली. लागणारी दोन भांडी-कुंडी घेतली. त्यामुळे पैसे पाठविता आले नाहीत, हेही न सांगता समजण्याजोगे होते. म्हम्मुलाल चिच्याचे कर्ज, दामूच्या पोराची तब्येत, गबा नानीला दंडवत – हे सगळे काय सांगायलाच पाहिजे होते चिंगाने रघूला?

हाताच्या बोटाने फरशीवर रेघा ओढीत चिंगा सांगू लागली, ''खुशाली कळविली पायजे, हे खरं. पर हितं कागद लिवायचा म्हंजे कोसभर चालावं लागतं. दोन घंटं मोडावं लागत्यात. मला बनत न्हाई. मी इकडं आल्ये आन् माया पातळ झाली, असं कसं हुईल? काळीज हाय.

''सखू आत्ती आपली झाली म्हणून तिच्या घरी फुकट कितींदा खावं? महिन्याची खानवळ तिला दिली पायजे. मी शिकत हुते, पर तिच्या भाकरीला मोल न्हाई कसं? सगळं मागचं, आत्ताचं पैसं तिला दिलं. पगार काय लई मिळत न्हाई.''

सांगता-सांगता चिंगा गप झाली. कुठे तरी जाऊन विचार करू लागली. मध्येच थांबून रघूने तिच्या चेहऱ्याकडे पाहिले. आणि मग आपल्या मताने पुढचा मजकूर लिहून कार्ड पुरे केले, त्याच्यावर वाळू टाकली आणि म्हटले, ''वाचून दाखवितो.''

तशी चिंगा भानावर आली, झोपेतून ऊठावी तशी जागी झाली.

''झालं?''

रघू हसून म्हणाला, ''झालं मघाच. तुमचं ध्यान कुठं होतं सांगण्याकडे!''

मग त्याने पत्र वाचून दाखविले. हाताचा मुटका गालावर टेकून चिंगाने ते ऐकून घेतले. वाचून संपताच रघू म्हणाला, ''बसा तुम्ही, मी टाकतो पेटीत.''

आणि चिंगाने होय-नव्हे म्हणायच्या आधीच तो पत्र टाकायलाही गेला. नीटपणे कार्ड पेटीत टाकून परत आला. चिंगा उठली आणि चोळीची बाही उलगडू लागली. रघू म्हणाला, ''न्हाऊ घात पैसे नसले तर.''

मोड काढीत चिंगा म्हणाली, ''तसं कसं? तुमचा बी धंदा हाय.''

रघूने सावरून घेतले, ''नाही, पुढच्या खेपेला दिले तर काय बिघडतंय?''

पण चिंगाने पैसे दिले आणि ती भराभरा चालूही लागली. रघूला उगीचच वाटले की, हिचे काही तरी बिघडले आहे. काय बरे? मागाहून जावे आणि कुठे तरी हॉटेलात बसून तिला चहा द्यावा, असाही विचार त्याच्या मनात आला. ते काही

अगदीच वाईट दिसले नसते. तेवढी ओळख आता झाली होती. पहिल्या प्रथम खेड्यातून नुकतीच मुंबईला आलेली म्हणून चिंगाला ते रुचले नसते, पण आता ती मुंबईत जुनी झाली होती. पण असा विचार करता-करता चिंगा लांब गेली. रघूच्या मनातले मनातच राहिले.

या प्रकारानंतर मात्र रघूने निश्चय केला. कारण या गतीने वर्षानुवर्षे काहीही घडणार नाही, हे त्याला कळून चुकले. चिंगा त्याला आवडली होती. ती अजून जवानीत होती आणि इथून पुढचे सगळे आयुष्य रंडकीपणात काढणे तिला कठीण जाणार होते. कुणालाही जाईल. बरे, इथे आता तिला तशी भीती नव्हती. गावात जशी ती बांधली राहिली असेल तशी इथे आता खात्रीने नसेल आणि पुन्हा ती मुंबई नगरी होती. मयनगरी होती. घडीघडीला मोहाचे आंबटगोड फळ इथे समोर असते. चांगली बाई किती दिवस चांगली राहील? आपल्या कमाईचा पैसा हातात येऊ लागला, कुणाची भीती उरली नाही म्हणून हातून काही घडणार नाही कशावरून? तसे काही घडण्यापूर्वीच आपण काही केले पाहिजे, असे रघूला कळून चुकले आणि मग हळूहळू तो मनाची तयारी करू लागला. चिंगा किंवा सखूबाई – कुणीही आता भेटले की तो त्यांना चहा पाजणार होता, लिखणावळीचे पैसे त्यांच्याकडून घेणार नव्हता. फार आग्रह करून तो त्यांना सिनेमा दाखविणार होता. एखादी बऱ्यापैकी साडी घेऊन चिंगाला तो देणार होता आणि एवढे केल्यावर पुढचे जमणे काही अगदी अशक्य नव्हते. आपण इतके दिवस हे का केले नाही, याचे रघूला राहून-राहून वाईट वाटले. इथून पुढे हे सगळे करीत राहायचे म्हणजे आणखी दिवस घालवायचे. हे जर अगोदरच केले असते तर?

... तर आज चिंगाने पैसे दिले नसते, ती आपणहून चहा प्यायला आली असती आणि सिनेमाला येतेस का म्हटल्यावर काय तिने नकार दिला असता?

छे, छे, आता वेळ गमविण्यात अर्थ नव्हता. चिंगा पुन्हा पत्र लिहायला आली रे आली की, सुरुवात करणे अगदी जरूर होते.

विलक्षण आतुरतेने रघू वाट बघत राहिला आणि कित्येक दिवस त्या दोघींपैकी कोणी पोस्टाकडे फिरकले नाही. रघू वाट बघता-बघता विरू लागला. पण कोणीच आले नाही. चिंगा आली नाही, सखूबाई आली नाही. कार्ड लिहायला म्हणून नाही आणि मनिऑर्डर करायलाही नाही.

आणि मग एके दिवशी एकटीच सखूबाई आली. धडधडत्या छातीने रघूने विचारले, "चिंगाबाई नाही आल्या?"

फतकल मारून खाली बसत सखूबाई म्हणाली, "चिंगा गेली मसनवाटंला!"

"आं!"

"गेली हात धरून बाबाचा!"

रघू एकदम सर्द झाला. त्याचे तोंड वाळले.

"म्हणजे असं कसं झालं?"

सखूबाई वैतागाने म्हणाली, "घे कारीट. आज लिव तिच्या आईला – सगुनीला. म्हनावं – बया, माझ्या नावानं हात चोळू नगंस. मला रं बाबा कसं कळावं? मी माझ्या उद्येगात. गावकडचा कागद आला की म्हनायची मी घेत्ये गिरनीतल्या मास्तराकडनं वाचून. जाणारी कारिटं तू लिवत हुतास, तसा तो मास्तर येणारी वाचत हुता. बाबा माझ्या, लोन्यापाशी इस्तू आल्यावर लोनी पागळायचं ऱ्हाईल का? काय बनाव घडला चार महिन्यांत, देवाला डोळं. चांगल्याची ल्योक आन् पाट की रं लावून बसली त्या वात्रटासंगं! गेली त्येच्या खोलीवर ऱ्हायला!"

रघूच्या पुढे कोरे कार्ड तसेच होते. कानावर टाक तसाच होता. सुन्न होऊन तो सखूबाईच्या तोंडाकडे बघत होता!

■

६

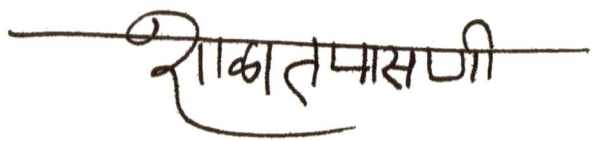

दुपारचे दोन-एक वाजले असावेत. पावसाची झड येऊन काळ्या रानातून जाणाऱ्या पायवाटेवर खच्चून चिखल झाला होता. आभाळ अजून उंबारलेले होते आणि खांजोड्याच्या वाडीची शाळा तपासायला ए.ओ. चालला होता. सकाळीच त्याने शेगावची शाळा तपासली होती. दुपारचे जेवण मास्तरांच्या घरी उरकले होते. मास्तरांच्या आणि गावकऱ्यांच्या सांगण्यानुसार सायकल शेगावातच ठेवून चार मैलांवर असलेल्या वाडीतली शाळा तपासण्यासाठी तो पायी-पायीच निघाला होता. ए.ओ.ने धोतराचा खोचा घातला होता. वहाणा काढून हातात घेतल्या होत्या. चिखलातून पाय उपसत चालताना त्याला जन्म आठवत होता. मनातल्या मनात तो सारखा म्हणत होता, 'सायकल नाही आणली, हे उत्तम केले. गाडीचे वाटोळं तर झालेच असते; पण चिखलातनं ती रेटता-रेटता माझा जीव गेला असता. मोकळा चालतोय तर चिखलाशी केवढी कुस्ती खेळावी लागतीय....'

पाय सरासर घसरत होते. ए.ओ. मागे-पुढे वाकत होता. मध्येच दोरीवरून चालणाऱ्या डोंबाऱ्यासारखा चालत होता. मध्येच एका पायाने रिंगण करीत होता. कधी टांगड्या फासत होता, तर कधी बैठक मारीत होता. त्या गड्याची दैना-दैना

चालली होती. या भागात तो अजून रुळला नव्हता. हा गट्याळ मुलुख त्याने अजून बघितला नव्हता. नव्या ए.ओ.ने खांजोड्याची वाडीसुद्धा यापूर्वी कधी पाहिली नव्हती. लोकांनी सांगितले त्या वाटेने नीट नाकापुढे तो चालला होता. त्याला वाट नीट सुधरत नव्हती. धक्के खात-खात शेवटी तो वाडीशी येऊन पोचला. अजून गावात शिरला नाही, तोवरच कुत्र्यांनी त्याला नंदीवाल्याला येरगटावा तसा येरगटला.

ए.ओ. जागच्या जागी गप्प उभा राहिला. 'कुणी आहे का? कुत्री कुणाची हो?' अशा हाळ्या मारू लागला. दुपारची वेळ असल्याने गावात फारसे कुणी नव्हते. बायाबापड्या घरात होत्या, त्यांनी 'बया गं, कोण हळ्या मारतंया!' एवढे म्हणून बाहेर येऊन पाहिले. अनोळखी असा कुणी गडीमाणूस आहे, हे बघताच त्या आपल्या घरात येऊन बसल्या. लहानसहान पोरे होती, ती घराबाहेर आली आणि कुत्र्यांनी येरगटून टाकलेल्या माणसाकडे बघून त्यांना गंमत वाटली. मोठे माणूस मात्र कुणी दिसेना.

तेव्हा हात वर करून ए.ओ. म्हणू लागला, ''अरे बाळांनो, ही कुत्री कुणाची आहेत? त्यांना आवरा.''

पण बाळे करदोट्यात बोटे घालून हसतच उभी राहिली. ओरडून काही उपयोग होत नाही, हे ध्यानी येताच ए.ओ.ने थोडा नेट धरला. शेजारी असलेल्या तरवडाचा एक फोक काढून घेतला. धीट भिकारी जातो तसा ए.ओ. त्या कुत्र्यांना वारीत-वारीत वाडीत पोहोचला. मग मात्र पोरांचा घोळका अंतर राखून त्याच्याबरोबर जाऊ लागला. त्यांच्यापैकी एकाला ए.ओ.ने विचारले, ''बाळा, इथली शाळा कोणती?''

पोरगा म्हणाला, ''थ्या तकडं हाय, मारुतीच्या देवळाम्होरं.''

''मारुतीचं देऊळ कुठं आहे?''

''थ्याऽ निंबापाशी.''

ए.ओ. निंबाच्या झाडाच्या दिशेने जाऊ लागला, तेव्हा एक पोर म्हणाले, ''साळा भरली न्हाई अजून.''

ए.ओ.ला माहीत होते की, या वाडीचा मास्तर सात मैलांवर असलेल्या गावचा कुलकर्णी आहे. त्याने पोराला विचारले, ''मास्तर आलेत का?''

''कुनाला ठावं! म्या काय आल्याला बघिटला न्हाई!''

पोराच्या माहितीनुसार ए.ओ. शाळेकडे आला. इमारतीला दिलेला चुना, पेन्सिली घासलेल्या जागा, हे बघून ए.ओ.ने शाळा ओळखली. दार सताड उघडे होते. अजून शाळा भरली नसली तरी मास्तर असतील, या समजुतीने ए.ओ. आत गेला. शेळीच्या मुताचा वास एकदम त्याच्या नाकात गेला. समोर बघतो तर टेबलाच्या पायाला एक पांढरीफेक शेळी आणि तिची दोन बोकडं बांधलेली. साहेबाला बघून ती जागची ताड्कन उठली. शेळीने बदाबद ओंजळभर लेंड्या टाकल्या. या नवख्या

माणसाने आपल्यासाठी डहाळा आणला आहे का, अशा विचाराने ती मायलेकरे ए.ओ.कडे बघू लागली, माना वाकड्या करून ओरडू लागली. ए.ओ.चा संताप अगदी अनवार झाला. शाळेत जिथे मुले बसायची, तिथे शेळ्या डांबायच्या म्हणजे गोष्ट काय? मास्तर आहे का कोण आहे? एवढी साधी अक्कल त्या गाढवाला असू नये? तीन वाजून गेले तरी पत्ता नाही... शाळा सताड उघडी आणि मुलांच्या ऐवजी शेरडं! काय हे, झाले काय?

मनातल्या मनात ए.ओ. आणखी फार रागावला असता; पण दरम्यान, अलीकडच्या कोपऱ्यात एका लाकडी पेटीच्या आडोशाला बसलेले धनगरी कुत्रे – जे नुसतेच बघत होते – ते आता घशातल्या घशात गुरगुरू लागले. ए.ओ.ने एकदम चमकून डावीकडे बघितले. काळ्याभोर रंगाचे आणि कमरेइतके उंच असे ते झिपरे कुत्रे खुनशी डोळ्यांनी ए.ओ.कडे बघत होते. त्याच्या नाकपुड्या फेंदारलेल्या होत्या आणि सुळे दिसत होते.

गडबडीने ए.ओ. बाहेर आला आणि चट्दिशी त्याने दाराला बाहेरून कडी लावून घेतली. यामुळे मुद्देमाल अशी बोकडे आत राहिली आणि ते धोकेबाज कुत्रेही बाहेर येऊ शकले नाही. मग इतका वेळ घातलेला खोचा ए.ओ.ने सोडला. आता हा मास्तर त्याच्या तडाख्यातून सुटला नव्हता. अगोदरच चिखलातून चालून-चालून ए.ओ. कावला होता. त्यात कुत्र्यांनी अडविल्यामुळे भर पडली होती आणि बघतो तर मास्तराचा पत्ता नाही, मुद्दा नाही! चार वाजायला आले तरी शाळा उघडी नाही; उघडी होती पण त्यात मुले नाहीत; चक्क शेळ्या, बोकडे, कुत्री! अरे, ही काय शाळा आहे का कोंडवाडा? पगार खायचा आणि शाळेला मात्र यायचे नाही? काय बापघरची पेंड आहे का? होत नाही, तर करू नये नोकरी. स्वच्छ घरी झोपावे. काही कुणी विचारायला येणार नाही. ए.ओ. नाही नि फिओ नाही. पण सरकारचा पगार पाहिजे, नोकरी तर नको, हे जमायचे कसे?

ए.ओ. संतापाने गाजरासारखा लाल झाला. हाताखालच्या नोकराला झाडण्यासाठी योग्य अशी वाक्ये त्याच्या मनात भराभरा जमू लागली. वाक्यावर वाक्ये! भराभर उतरंड रचू लागली. पण बोलायला मास्तर कुठे होता? शब्दांचे फटकारे हे ओढायचे कुणावर? ए.ओ. ते फटकारे कडकलक्ष्मीसारखे आपल्याच अंगावर ओढून घेऊ लागला. त्याला झीट-झीट आली. अशा झपाट्यांत जर मास्तर सापडला असता, तर ए.ओ.ने कच्चा मुळा खावा तसा त्याला खाल्ला असता. पण मास्तर होता कुठे?

मारुतीच्या देवळाच्या पायरीवर येऊन ए.ओ. बसला. त्याला संतापाचे कढावर कढ येत होते. एवढ्यात देवळाच्या उखणल्या जमिनीवर धोतर खाली-वर घालून झोपलेल्या कुणा माणसाने मोठ्याने जांभई दिली. ए.ओ.ने तटकन हलून मागे

पाहिले. तिशी-चाळिशीच्या सुमाराचा तो गडी उठून बसला. अंगाला आळोखेपिळोखे देऊन त्याने डोळे उघडले आणि ओठांवर बोटे ठेवून तो आता थुंक टाकणार, तोवर ए.ओ. त्याला दिसला. मग जागचा उठून, सोडल्या निऱ्या आवरीत तो जोत्याशी आला. थुंक टाकून मिशा पुशीत तो म्हणाला, "कुठल्या गावचं पाव्हणं?"

ए.ओ.ने रागारागाने त्याच्याकडे पाहिले आणि विचारले, "तुम्ही इथलेच का?"

"मी?" एवढेच बोलून त्या माणसाने निऱ्या करायला सुरुवात केली. उत्तर येईल म्हणून ए.ओ. वाट बघत राहिला. निऱ्या खोवून झाल्यावर तो म्हणाला, "मी हाय हितलाच." आणि फार दिवसांची ओळख असल्यासारखा हात पुढे करून तो बोलला, "तंबाखू हाय का?"

ए.ओ. फटकन म्हणाला, "नाही."

"नसू द्या."

"का हो, तुमच्या गावी शाळा आहे, मग मास्तर येतात केव्हा?" हा प्रश्न येताच तो माणूस चरकला. अंगरख्याची वरची गुंडी लावीत गडबडीने म्हणाला, "का हो? मीच इथला मास्तर आहे!"

ए.ओ.चा रंग फरुडासारखा बदलला. जोरात येऊन तो म्हणाला, "मी 'अटेंडिंग ऑफिसर' आहे. शाळा तपासायला आलो आहे."

जमिनीवर अजून धूळ खात पडलेली गांधी टोपी मास्तराने घाईने उचलली. ती डोक्याला घालून हात जोडले.

"तपासा की साहेब. मीच इथला मास्तर, बंडो गणेश कुलकर्णी."

ए.ओ.च्या नाकपुड्या फुरफुरल्या. ओठांची चमत्कारिक हालचाल झाली.

"किती वाजले?"

"झाला असेल चाराचा टाईम."

"आणि तुम्ही झोपा काढताय?"

"डोस्कं दुखायला लागलं म्हणून थोडा कलंडलो होतो साहेब."

"मुलं कुठे आहेत?"

"आहेत की शाळेत."

"शाळेत?" साहेब रागाने धापा टाकायला लागला होता. "चला बघू शाळेत!"

"चला साहेब!"

मास्तर पुढे आणि साहेब मागे, असे शाळेत आले. मास्तर म्हणाले, "आं? कडी कुनी भडव्यानं घातली?"

साहेब म्हणाला, "मी." आणि खाड्कन कडी काढून त्याने दरवाजा उघडला. शेळी आणि बोकडे धडपडून उठली. कुत्रे पुन्हा गुरगुरू लागले.

"ही मुलं होय मास्तर तुमची?"

मास्तराने तोंड उघडे टाकले. अगदी सहज म्हटले, ''पोरांनी दिला चिंगिरा, बरं का साहेब! जरा टेका, मी आत्ता गोळा करतो.''

''ही शेरडं कुणाची? हे कुत्रं कुणाचं?''

''शेरडं कुंभाराची. कुत्रं रामुशाचं हाय. पर बसत्यात शाळंतच!''

''शाळा ही काय शेरडं बांधायची जागा आहे?''

''पाऊस आला हो सकाळी. कुंभाराला नाही शेरडं बांधायला जागा. म्हणाला, मास्तर, घटकाभर असू द्या का शाळंत? मी म्हटलं, असू दे. खेड्यात हे असंच साहेब!''

साहेबांनी खांडावरून नजर फिरविली. खडून लिहिलेल्या म्हणी जागोजागी होत्या. समोरच्याच तुळईवर होते, 'कोंबड्यावाचून उरुस नाही, भानगडीवाचून पुरुष नाही!'

''हे-हे काय मास्तर?''

''म्हण हो, आहे का बरी?''

ए.ओ. दात-ओठ खाऊन बोलला, ''मूर्ख आहात!''

बंडो गणेशाने ही गोष्ट कानाआड टाकली.

''मग मी पोरं आणू का गोळा करून?''

''प्रथम हे कुत्रं हाकला, ही शेरडं सोडा.''

धोतर सावरून बंडो गणेश पुढे झाले. कुत्रे बसल्या-बसल्याच शेपूट हलवू लागले. त्याच्या पेकटात लाथ घालून मास्तर म्हणाला, ''ऊठ रे, गाढवीच्या! शाळंत बसलाय लेका, साहेब काय म्हणतील?''

कुत्रे उठले आणि साहेबावर गुरगुरत बाहेर पडले. शेरडंही पेंड फोडताच टणाटण उडाली.

दरम्यान, काही पोरे गोळा झाली होती. साहेबाच्या आणि मास्तराच्या तोंडाकडे आळीपाळीने बघत होती. काही रिकामटेकडी माणसेही गोळा झाली होती, आपसात कुजबुजत होती, ''लेका, सायेब हाय जनू.''

''लिप्टनचा?''

''नव्हं, साळंचा.''

''अगा आई गं! मेलं मग मास्तर!''

साहेबांनं शेरेबुक पाहण्यासाठी शाळेतली लाकडी पेटी बघितली. तिच्यात नकली जरीची कापडे होती. वाखाच्या दाढ्या होत्या. त्यातली एक दाढी मेल्या उंदरासारखी उचलून साहेबाने विचारले, ''हे काय आहे?''

एक गोरापान आणि शेलाटा गडी पुढे आला आणि बोलला, ''ह्यो तमाशाचा सरजाम हाय सायेब. आमाला नाद हाय, मास्तरबी नादी हायेत!''

साहेबाने भराभर ती कापडे उपसली. चोळी, लुगडं, चेंडू, अंगरखे... फसाफस सगळे उपसून साहेबाने बाहेर भिरकावले. ओरडून म्हटले, ''मास्तर, तुम्हाला शरम वाटायला पाहिजे. सरकारचा पगार खाता आणि अशी नोकरी करता होय? ही शाळा आहे का सोंग आहे?''

''चुकी झाली साहेब!''

''चुकून शेण खाता का अन्नाऐवजी? म्हणे चुकी झाली.''

''एक डाव माफी करा साहेब.''

''वर माफी मागता अजून? एवढं वय झालं तुमचं, शरम नाही वाटत? बेअक्कल कुठले?''

साहेबाने धडाधड शिव्या दिल्या. मास्तराने त्या मुकाट्याने ऐकून घेतल्या. 'साहेब, चुकी झाली' हा रामठेका त्याने सोडला नाही. साहेबाने काहीही म्हटले की, आपण फक्त 'चुकी झाली साहेब' एवढेच म्हणायचे. यात फरक काही झालाच तर साहेबाचे नाव कधी पहिले, तर कधी शेवटी येई, इतकाच. अशी झटापट बराच वेळ चालली. रानामाळात गेलेले गावकरीही परत आले. साहेब आला आहे, ही बातमी सगळ्यांना लगेच लागली. जो-तो मास्तराची गंमत बघण्यासाठी शाळेपाशी जमा होऊ लागला. बघ्यांची गर्दी झाली! साहेबापुढे मास्तर भलताच मऊ आलेला आहे, वेडावाकडा शब्द तोंडातून न काढता तो मुकाट्याने साहेब म्हणेल ते ऐकून घेतो आहे आणि साहेबाने मास्तराला सापडेल तिथे हाणायची जुपी केली आहे, हे बघून मात्र गावकऱ्यांना कळवळा आला. कितीही झाले तरी साहेब परका आणि मास्तर आपलाच. आपल्या शिवेशेजारी राहणाऱ्या मास्तराला परगावच्या कुणी साहेबांनी घोळसावा म्हणजे काय?

बाबू कुंभार पुढे आला आणि रामराम घालून साहेबांना म्हणाला, ''मास्तराला नावे ठिवायला जागा न्हाई; आमचं गावच फाजील आहे साहेब.''

''उभं गावच्या गाव फाजील!'' ए.ओ.ला मोठे आश्चर्य वाटले. तो मनात म्हणाला, 'सगळं गाव जर फाजील असलं, तर तिथली मुलं तर शहाणी कशी असतील? आणि मुले फाजील तर मास्तर चांगला कुठला? ही शाळा तपासायलासुद्धा एखादा फाजील असाच ए.ओ. पाहिजे.'

एवढे सगळे साहेबाच्या मनात चालले आहे, तोवर दुसरा एक गडी कुंभाराला डाफरून म्हणाला, ''ए कुंभारा, लेका गावाला फाजील म्हननारा तू रं कोण फारेष्ट लागून गेलास! शेरडं बांधायला जागा दिली मास्तरानं, म्हणून गाव फाजील व्हय?''

ए.ओ. आणि मास्तर बाजूलाच राहिले; लोकांनी कुंभाराला पेच घातला आणि ते त्याला घोळसू लागले.

टकरीला सोडलेल्या बोकडाप्रमाणे मास्तर आणि ए.ओ. एकमेकांकडे बघत उभे

राहिले. मग मास्तराचा एक विद्यार्थी रानातून आला. येताना धोतराच्या खोच्यातून त्याने रताळी आणली होती. घाईने येऊन त्याने ती साहेबादेखत मास्तरांपुढे ओतली.

"घ्या मास्तर, रताळं. आता उद्या न्हाई आलू शाळेला, तर मारू नगा हां!''

मास्तर डोळे मोठे करून, त्यांनीच दटावत होते. पण पोराला त्याचे काही नव्हते. ए.ओ.ने विचारले, "कुठल्या इयत्तेत आहेस रे?''

"पयलीत!''

"हे कुणी आणायला सांगितलं तुला?''

मास्तर मधेच म्हणाले, "आणायला सांगावं लागत नाही सायेब, ही पद्धतच आहे खेड्यात. उद्या एकादशी आहे. मी करीत असतो एकादशी, म्हणून पोरांनी रताळी आणली.''

मास्तर साहेबाला टरकतोय, हे बघून पोरगाही गमतीला आला. म्हणाला, "नाय हा साहेब! मास्तरांनी मला रताळं आनायला सकाळी पाठवलं हुतं. कुनाला काय, कुनाला काय आनायला सांगटलं हुतं.''

"होय का?''

"व्हय. मला रताळं, सुक्याला दूध, नामद्याला गूळ आन् शेम्याला लोणी साहेब!''

"आस्सं!''

ए.ओ.ने मास्तराकडे बघितले. मास्तर आपले हसले.

"वर हसता मास्तर?''

यावरही मास्तर हसलेच.

"म्हणजे आज एकादशीची जुळवाजुळव करण्यासाठी तुम्ही शाळेला सुट्टी दिलीत?''

"चुकी झाली साहेब.''

"किती वर्षे सर्व्हिस झालीय तुमची?''

"हे अठरावं सुरू आहे साहेब.''

"अठरा वर्षं अशीच नोकरी केलीत का?''

"चुकी झाली साहेब!''

"खात्यानंही चुकी करून तुम्हाला काढलं तर?''

"असं कुठं घडलंय का?''

"बरं, बघू.''

दिवस मावळून गेला होता. ए.ओ. गडबडीने जायला निघाला. रात्र व्हायच्या आत त्याला निदान शेगावात पोहोचले पाहिजे होते. तो मास्तरांना म्हणाला, "ठीक आहे, मी निघतो.''

मास्तर काळजीयुक्त चेहऱ्याने म्हणाले, ''अंधार होईल वाटत, साहेब.''

''होईल?''

''तर! काळोखी रात्र आहे. थांबा थोडं. मी कंदिल, गडी बरोबर देतो. चहा सांगू का करायला?''

''काही नको. कंदिलाचं तेवढं बघा.''

''होय.''

मग ए.ओ. मारुतीच्या देवळात बसून राहिला. देवदर्शनाला येणाऱ्या हरेक माणसाने नाव-गाव विचारून त्याचा बुदबुदा पाडला. कुठून आला, कुठे निघाला, मूळ गाव कोणते, मग तो फलाणा तुमचा कोण लागतो, तिकडे पाऊस आहे का, अशा अनेक प्रश्नांना साहेबाला उत्तरे द्यावी लागली.

मास्तराने येईल त्याला कंदिल आहे का, म्हणून विचारायचा सपाटा घेतला. कुणाकडे कंदिल होता, पण त्याचा कोका फुटला होता. कुणाकडे कंदिल होता, पण वात नव्हती. कुणाकडे घासलेट होते, पण कंदिल रानात नेला होता. या निरनिराळ्या सुट्या वस्तू जमा करून काच, वात असलेला, उजेड पडणारा कंदिल यायला फार उशीर लागला. साहेब घाईला आला. दिवस मावळून किट्ट काळोख पडला, तरी शेवटी कंदिलाला तेल मिळाले नाही. शेवटी मास्तर स्वत: गेले आणि कुठून तरी त्यांनी तेलाने भरून कंदिल आणला. साहेबांबरोबर कंदिल घेऊन एक भले उंच रामोशाचे पोर निघाले.

मास्तर साहेबांना म्हणाले, ''ह्यो गडी देतो तुमच्याबरोबर. विद्यार्थी आहे माझा. बरं का रे बाळ्या, साहेबास्नी सांभाळून ने. शेगावला पोहोचव. रात्रच्या रात राहा आन् सकाळी शाळंला ये बरं का टाइमाला.''

डोक्याला पटका, अंगात गोल सदरा आणि खाली गादीपाटाची आखूड चड्डी घातलेला लांबडा बाळ्या म्हणाला, ''व्हय मास्तर.''

नमस्कार-चमत्कार झाले. वाईट रिपोर्ट करू नका, म्हणून मास्तराने साहेबाची फार विनवणी केली. साहेब 'बराय, बराय!' म्हणाला. मास्तर शिवेपर्यंत पोहोचवायला गेला आणि मग अंधारात साहेब आणि बाळ्या शेगावच्या वाटेला लागले.

काही वेळ बाळ्या बोलला नाही. साहेबही बोलला नाही. मग बाळ्या म्हणाला, ''सायेब, मधल्या वाटेनं जाऊ या का? लवकर जाऊ.''

ए.ओ. म्हणाला, ''चालेल.''

दोन्ही बाजूला रान होते. गवताने भरलेल्या पाऊलवाटेने जाताना साहेबाला किरडाचे सारखे भय वाटत होते. मन दुसरीकडे लागावे म्हणून ए.ओ.ने विचारले, ''कसे काय आहेत रे तुमचे मास्तर?''

मास्तरांची तारीफ करण्यासाठी बाळ्या म्हणाला, ''लई की साडेशिटलीचा!''

साहेबाला अर्थ कळला नाही.

"म्हणजे कसा?"

"लई गमत्या."

साडेशिटलीचा म्हणजे गमत्या, हा अर्थ ए.ओ.ने मनात नोंदविला.

"गंमत करतात का?"

"व्हय व्हय. फळ्यावर बगा साहेब, काय तर चावट लिवत्यात आन् आम्हाला वाचायला लावत्यात. मग आम्ही मोठ्यानं वाचलं की काय, नुसता दंगा उसुळतोय!"

"आस्सं! आणि काय काय वस्तू आणायला सांगतात नाही का तुम्हाला? रताळी, दूध वगैरे? त्याचे काही पैसे देतात का?"

बाळ्या म्हणाला, "पैसा, ह्या ह्या!"

"मग सगळं फुकटच?"

"अवो साहेब, आज इतकी वर्ष मास्तर तंबाखू खातोय, पर कंदी इकत आनली म्हणता का? रोज मागून खायची. कुनीबी आलं की पयला हात म्होरं. अवो, आमाला दिकून सारखी तंबाखू मागतो साळंत."

"शाळेतली सगळी मुलं तंबाखू खातात काय?"

"सगळी न्हाईत खात खरं, पर आमी चौघं-पाच जनं खातू."

"होय का?"

साहेबाने होय का म्हटले आणि त्याबरोबर आपण साहेबाशी भलती गोष्ट बोलून गेलो, हे बाळ्याला ध्यानी आलं. हं-हं करून तो कसनुसा हसला. गप् चालू लागला.

मग एकाएकी कंदील बारीक होऊ लागला. वाट नीट दिसेना. बाळ्याने वरचेवर वात चढविली; पण कंदील मोठा झाला नाही. ऐन पांदीत तो विझून गेला.

बाळ्या म्हणाला, "पुंडलीक गवरदेव हार इट्टल!"

"काय रे?"

अदमासाने साहेबाच्या तोंडाकडे बघून बाळ्या म्हणाला, "च्या बाइली, कंदील गेला की ओ सायेब!"

साहेब घाबरून म्हणाला, "कसा रे गेला?"

"आपल्या आपन गेला."

बाळ्याने कंदील हलवून बघितला, तो खळखळळ आवाज साहेबाच्या कानी आला.

"त्येल तर हाय! मग गेला का बरं?"

साहेबाने खाली बघितले. वाट नाहीच नाही, पण पायही दिसेनात. आजूबाजूला गडद काळोख. ढगाने आभाळ झाकल्यामुळे चांदण्यांचासुद्धा पत्ता नव्हता.

"काड्याचं डबडं हाय का सायेब?"

साहेब निराशेने म्हणाले, "नाही की रे. मी काही विडी ओढणारा नाही."

"बरं, मग चला आता गचकं खात!"

"अंधारातनं?"

"मग काय करता?"

ए.ओ. हतबुद्ध होऊन काळोखाकडे बघत राहिला. त्याच्या पोटात डबरा पडला. फुग्यातली हवा सोडावी तसा ए.ओ. झाला.

"अरे, वाट दिसतेय का?"

"जायाचं आदमासानं."

"किती आहे अजून शेगाव?"

"लांब की हो साहेब! मैल-दोन मैल आलू आसू."

बाळ्या पुढे चालू लागला आणि साहेब त्याच्या मागोमाग जाऊ लागला. उंच-सखल वाटेनं गचके खात चालू लागला. मधेच बाळ्याला 'कॉक्' असा आवाज ऐकू आला.

"काय वं साहेब?"

"काही नाही."

खरे तर साहेब झुडपात थटून उलटापालटा झाला होता. पण बाळ्याला काही दिसत नसल्यामुळे काही झाले नाही अशा थाटात तो पुन्हा चालू लागला होता. मधेच साहेबाचे धोतर कुणी तरी ओढले. 'आई गं' करून साहेब ओरडला. धरणाराने धोतर आपण होऊन सोडले. ते भूत नसून झाड आहे, हे ए.ओ.च्या ध्यानात आले.

"काय झालं साहेब?"

"काही नाही."

मधेच चिखल लागत होता. झाडेझाडोरे लागत होती. साहेब कधी बोराटीच्या काटेरी झुडुपात शिरत होता, तर कधी नेपतीवर आडवा पडत होता. यातून काही जगत नाही, असे त्याला वाटत होते. शेवटी फार पडापड होऊ लागली, तेव्हा बाळ्या लांब मागे राहिलेल्या साहेबांना म्हणाला, "साहेब...."

मागून आवाज यायच्याऐवजी डावीकडून आला, "ओऽ"

"आं? तिकडं कुठं निघालात?"

"आं?"

साहेबाला दिशा सुधरेना, तेव्हा आवाजाच्या आदमासाने रामोशाचा बाळ्याच त्याच्यापाशी गेला. तो खालच्या आवाजात म्हणाला, "तुमची लई आबदा होऊ लागली, कंदील लावू का?"

"कशानं लावतोस?"

"काड्यांचं डबडं हाय माज्यापाशी!''

"अरे, मग इतका वेळ का गप्प राहिलास?''

"साहेब, मी बिड्या ओढतो, हे तुमापाशी कसं सांगायचं?''

"शहाणा आहेस! लाव आता.''

निघाल्या ओरखड्यांवरून हात फिरवीत साहेब उभा राहिला. बाळ्या खाली बसला आणि त्याने काडी ओढली.

"साहेब, घोडा वर करा.''

साहेब खाली बसून कंदिलाचा घोडा वर करेपर्यंत काडी विझली.

"हात लेका! थांब, मी लावतो.''

मग साहेबाने काडी ओढली आणि हाताचे भांडे करून त्यात धरली. पण चावट वारा कुठून तरी आत घुसला आणि काडी विझली.

"साहेब, तुमाला न्हाई जमायचं. द्या हिकडं.''

मग बाळ्याने साहेबाच्या धोतराचा घोळ आपल्या डोक्यावरून घेतला.

कोंबडीच्या पंखाखाली पिलू बसावं तसा तो धोतराच्या पदराखाली बसला आणि काडी पेटवू लागला.

"सांभाळ हां! धोतराला लागेल काडी.''

"छ्या, छ्या! खुळं का काय तुमी साहेब!''

बाळ्याने काडी ओढून वातीला लावली, पण वात पेटच घेईना. बाळ्या काड्यांवर काड्या ओढीत राहिला. प्रत्येक खेपेला काडी ओढल्याचा आवाज झाला की साहेबाचं काळीज लटकन हले. कुठे भाजते की काय, म्हणून तो अंगाचा संकोच करून घेई.

सगळे डबडे खल्लास झाले. शेवटच्या काडीने विडी पेटवून बाळ्याने त्या मास्तरांच्या मास्तरादेखत चार झुरके मारले आणि एकदम त्याच्या डोक्यात उजेड पडला.

"साहेब, साहेब!''

"का रे?''

"मास्तरानं केला बल्ल्या!''

साहेब लहानपणी गोट्या खेळला होता. बल्ल्या म्हणजे गोट्यांच्या डावातला फाऊल, हे त्याला कळले.

"म्हणजे?''

बाळ्याने खळाखळा कंदील हलवून म्हटले, "उलीसं घाष्टेल, नाही तर समदं पानीच हाय कंदिलात. वर तरंगत व्हतं तेवढ्या घाष्टेलावर कंदील जळला. आता काय वढ्याचं पानीच की हो!''

ए.ओ.ची खोडकी जिरवण्यासाठी मास्तराने कुलकर्णी तिढा केला होता. कंदिलात रॉकेल थोडे आणि पाणीच खच्चून भरले होते. बाळ्याच्या रामोशी डोक्याला हे उमगले. साहेबाला संतापाचे कढ पुन्हा येऊ लागले, परंतु त्याचा काही उपयोग नव्हता.

गचके खात-खात ए.ओ. जाऊ लागला. गार वारे सुटले. कानाच्या पाळ्या आणि नाकाचा शेंडा बधीर झाला. बरीच वाटचाल झाली. एकदम 'हॅऽ हॅऽ हॅऽ' असा हसण्याचा आवाज आला. लगेच तसाच आवाज लांबून आला. ए.ओ.च्या काळजाचे पाणी झाले. कुठे तरी बघून तो हळू आवाजात म्हणाला, ''काय रे हे?''

बाळ्या काही घाबरलेला दिसला नाही. तो म्हणाला, ''अगा आया आया! मेलू!''

''आं?''

''वाट चुकली सायेब! आपन पाक खोकडफळीच्या माळाला आलो. आगं आया आया!''

''अरे, पण हे आवाज कसले येताहेत?''

''ही खोकड हो साहेब! नर-मादी चरत-चरत एकमेकांपासून लांबलीत. ती आता हाका देऊन एकमेकांपाशी येतील. अगा आया, आया! साहेब, शेगाव कुणीकडं, वाडी कुणीकडं आन् आपण आलो कुणीकडं!''

''मग रे?''

''आता खंडुबावर हवाला बगा!''

मग ते रामोशाचे पोरही रानबहिरे झाले. रानोमाळ भटकू लागले. ए.ओ.ला आपल्या मुलाबाळांची आठवण येऊ लागली. खोकडे सारखी हसत होती. भन्नाट वारा सुटला होता. साहेब आणि बाळ्या गरागरा हिंडत होते. चालून-चालून साहेबाच्या तोंडाला कोरड पडली. त्याला घुटका घ्यायला येईना. जीभ लाकडासारखी झाली.

''बाळ, कुठं पाणी मिळेल का रे?''

''कुठलं हो पाणी साहेब!''

''मी गड्या तहानेनं मरायला लागलोय.''

चालता-चालता बाळ्या थांबला आणि कंदील हलवून म्हणाला, ''ह्यातलं पेता का? जरा घासलेटाचा वास येईल, पर त्याला काय हुतंय?''

''छे: रे!''

''आँ? अहो, बगा तोंड वलं करून.''

साहेबाला एकवार वाटले, प्यावे; पण मनाची तयारी होईना. तसाच तो चालू लागला. मध्येच बाळ्या थांबला.

"साहेब, कंदील घेता का?"

"का रे?"

"लंगोटा सोडतो?"

"लंगोटा?"

"हां, कानाला बांधतो. वारं लई झोंबतंय."

कंदील घेऊन ए.ओ. उभा राहिला. कमरेला पट्ट्यासारखा बांधलेला लंगोटा बाळ्याने सोडला आणि कानांभोवती बांधला. दरम्यान, साहेबाने हळूच कंदिलातल्या पाण्याचा घोट घेतला. त्याचा चेहरा बघण्यासारखा झाला; पण अंधारात तो कुणाला दिसला नाही.

बाळ्या म्हणाला, "तुमीबी लंगोटा सोडून बांधा कानाला साहेब. कानात वारं शिरू दिलं की अंगात शिरलंच, असं समजा!"

साहेबाला मुद्दा पटला; परंतु तो जातीने रामोशी नसल्यामुळे त्याच्या कमरेला लंगोटा नव्हता. आत चड्डी होती; पण तिचा काय उपयोग?

पहाटे तांबडं फुटेपर्यंत साहेब आणि बाळ्या गरागरा हिंडले. शेवटी थकून साहेब मटकन खाली बसला. म्हणाला, "गड्या, आता उजाडू दे, मग चालू."

दिशा उजळल्या आणि दिसू लागले. कोंबड्याची झकासपैकी बांग ऐकू आली. बाळ्या तटकन उभा राहिला आणि तोंडावर हात आपटीत म्हणाला, "अगा आया आया गं!"

"काय रे?"

"ही आपल्या साळंची पाठभिंत नव्हं का साहेब!"

ए.ओ.ने बघितले, तर कासराभर अंतरावरच खांजोड्याच्या वाडीची शाळा दिसत होती!

■

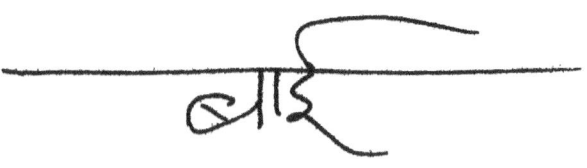

मुंबईतील अनेक चाळींप्रमाणे गिरगावात यादववाडीत नाना जातीची, नाना स्वभावांची अनेक माणसे राहतात. चाळीत शिरून डाव्या हाताला वळले, दोन मजले चढून गेले की, ओळीने काही खोल्या आहेत. या खोल्यांसमोर अरुंद अशी गॅलरी आहे. कोळशाची पोती, मोडक्या खुर्च्या, काहीबाही भरून ठेवलेली खोकी, असले सामान हरेक खोलीसमोर आहे. फक्त सात नंबरच्या खोलीसमोर काहीही नाही. या सगळ्या खोल्यांतून माणसे खच्चून भरलेली आहेत. घामाने, गर्दीने, कामाने उबगलेली ती माणसे एकमेकांवर सारखी ओरडत असतात, चिडत असतात. एकसारखी इकडे-तिकडे हलत असतात. फक्त सात नंबरची खोली शांत असते. या सर्वच खोल्यांना नीट उजेड नाही. वारा येण्यासाठी खिडक्या नाहीत. त्यामुळे सर्व खोल्यांची दारे सताड उघडी असतात. दाराशेजारची एकच एक खिडकी उघडी असते. दारावरचे झापड उघडे असते. सात नंबरच्या खोलीचे दार कधी आतून तर कधी बाहेरून, असे सदैव बंद असते. सात नंबरची खिडकी क्वचित उघडी दिसली तरी तिला जाडसा पडदा असतो. सात नंबरच्या दारावरचे झापड सदैव बंद असते. एवढेच नव्हे, तर त्याच्या काचांना काळा कागद लावलेला आहे. अगदी शेवटच्या

खोलीशेजारी नळ, न्हाणीघर आहे. त्यामुळे त्या अरुंद गॅलरीतून सारखी ये-जा चालू असते. साहजिकच माणसे जाता-जाता उघड्या दाराकडे चोरटी नजर टाकतात. एक नंबरमधली यादवनानांची बायको पाठमोरी बसून मटण चिरताना दिसते. दोन नंबरमधली गुजरात्याची बायको वाढताना आणि गुजराती जेवताना दिसतो. पलीकडे म्हाताऱ्या कच्छ्याची तरुण बायको दार उघडे टाकूनच साडी बदलीत असते. सहा नंबरमधले जोडपे एका पलंगावर पडून मासिक वाचताना दिसते. पण सात नंबरमध्ये कधीही काही दिसत नाही.

सात नंबरमध्ये बाई राहतात. गेली सोळा वर्षे त्या या खोलीत राहत आहेत. बाई बालविधवा आहेत. सर्वसाधारण शाळामास्तरणी असतात तशाच त्या दिसायला आहेत. कधी काळी तारुण्यात आल्यावर त्या आकर्षक दिसल्या असतील, पण आता त्यातले काही राहिले नव्हते. बाई उंचीने सर्वसाधारण आहेत. रंगाने काळ्याच म्हटल्या पाहिजेत. त्यांच्या शरीराची ठेवण राठ आहे. स्त्रीची कोमलता, गोलाई कुठे दिसत नाही. त्यांचा चेहरा काही कुरूप म्हणता येणार नाही, पण सुस्वरूपही नाही. मधोमध विंचरलेले केस, अंगात साध्या कापडाचा ब्लाऊज, नऊवारी पातळ असा बाईंचा वेश असतो. गॅलरीतून हिंडताना त्या पातळ विशेष लक्षपूर्वक आवरून घेतात, त्यामुळे त्यांच्या पुरुषी पोटऱ्या जेव्हा तेव्हा दिसतात. त्या किचकिचीतून वावरताना बाईंनी नेहमी नाकाला पदर लावलेला असतो. कारण रोगजंतू हे श्वासाबरोबर शरीरात प्रवेश करतात, हे चाळीतील इतर कुणाहीपेक्षा त्यांना जास्ती ठाऊक आहे. बाईंचा चेहरा नेहमी गंभीर असतो.

बाईंच्या खोलीत सहसा कोणी जाऊ शकत नाही. पुरुष सोडा, पण शेजारची बाईसुद्धा. कोणी धारिष्ट्य करून बाईंच्या बंद दारावर ठोठावले, तर बाई दार उघडून बाहेर येतात. ''काय हो, या-या –'' असे म्हणतात आणि दार ओढून घेतात. बंद दाराला पाठ लावून बोलतात. त्यांच्याशी बोलणे वाढवणे, कुणाला साधत नाही. कारण बाई विचारलेल्या प्रश्नाला 'हो' किंवा 'नाही' एवढी दोनच उत्तरे देतात आणि आपणहून दुसऱ्यांची चौकशी करीत नाहीत. घरोबा वाढविण्यासाठी कोण काही खाण्यापिण्याचा पदार्थ देऊ केला, तर बाई तो घेत नाहीत. 'दुसऱ्याकडून घेतले की आपल्यालाही द्यावे लागते', असे त्यांचे मत आहे. त्यामुळे सोळा वर्षे या चाळीत राहूनही बाईंचा कुणाशीही विशेष घरोबा नाही.

बाई आता चाळिशीच्या जवळपास आलेल्या होत्या. तरीही आपल्याकडे पुरुषमाणसे वाईट दृष्टीने पाहतात, असे त्यांना चोवीस तास वाटत असे; म्हणूनच त्या नेहमी दार बंद करून घेत. रात्री कोणी डोकावू नये म्हणून झपाट्याच्या काचेला त्यांनी मुद्दाम काळे कागद लावून घेतले होते. मवाली आणि फाजील लोकांचीच बाईंना भीती वाटते असे नाही; चांगली मुलेबाळे असलेली माणसेसुद्धा केव्हा काय

करतील ते सांगता येत नाही, असे त्यांना वाटते. बाई नळावर गेल्या की, त्या कच्छणीचा नवरा मुद्दाम नळावर येतो. उगीचच खाकरतो. सकाळी अंघोळ करताना सारे अंग चोळचोळून धुतो. उघड्यावर अंघोळ करायची तर झटपट नाही का करता येत? आपल्या शरीराचे प्रदर्शन कशाला करायला हवे? या कच्छ्याची अंघोळ सुरू झाली की, बाई मुळीच खोलीबाहेर पडत नाहीत. पण काही ना काही लागतेच की! सकाळची वेळ. शेगडी पेटत घालण्यासाठी गॅलरीत यावे लागते. तोंड धुण्यासाठी नळावर जावे लागते. पाणी भरण्यासाठी, एखादं भांडं घासून घेण्यासाठी जाणे भागच आहे. खाली मान घालून बाई भराभरा जातात आणि भराभरा असेल ते काम उरकून परत येतात. पण तेवढी संधीही तो पुरुष सोडीत नाही. वरचेवर काखा चोळतो. वरचेवर मांड्या चोळतो. हे मुद्दामच नाही का?

सहा नंबरमधला तो तरुण पोरगा नेहमी गॅलरीत उभा राहून केस विंचरतो, शिळा घालतो, मासिक-पुस्तकांतील चावट गोष्टी मोठमोठ्याने वाचतो. हे काहीही बाईंच्या ध्यानी येत नाही, असे त्याला वाटते; पण ते सगळे बाईंना कळते.

खाली जिन्याशी लागूनच दुधाचे दुकान आहे. हा भय्या गोरा-गोरा आणि गुटगुटीत आहे. अंगात पातळ मलमलीची छाटण घालून तो पाटावर बसलेला असतो. जाता-येता त्याची नजर बाईच्यावर असते. शक्यतो बाई त्याच्या दुकानात जात नाहीत, पण कधी तरी प्रसंग येतोच की! शेजाऱ्या-पाजाऱ्यांच्या मुलांना तरी कितीदा दूध आणण्यासाठी पाठवायचे? मग बाई जातात. आणि तो दूधवाला भय्या दूध घालायचे सोडून त्यांच्याकडे टक लावून पाहतो. गालात हसतो.

गिधाडासारखी सगळ्यांची नजर बाईच्यावर आहे आणि ते बाकी कुणाच्या ध्यानात येत नाही. बाईंना सारखी भीती वाटते. या लोकांपैकी केव्हा एखादा त्यांच्या शीलावर उठेल याचा नेम नव्हता आणि याची चिंता एक बाई सोडल्या, तर कुणालाच वाटत नव्हती. या अनेक वाईट नजरा सारख्या बाईच्यावर रोखलेल्या आहेत याची जाणीव कुणालाच नव्हती. ती सगळ्यांना असावी, असे बाईंना सारखे वाटत होते. चाळीतल्या शेजाऱ्यांनी या लोकांच्यावर नजर ठेवावी, त्यांना धमक्या द्याव्यात, बाईंचे शील सांभाळण्यासाठी डोळ्यांत तेल घालून सावध असावे, प्रसंग आलाच तर बाईंच्या हाकेला अनेकांनी धावून यावे आणि विधवेच्या शीलावर घाला घालणाऱ्याला सापासारखे ठेचावे, असे बाईंना वाटत होते. पण कुणी या प्रश्नाचा विचार करीत नव्हते. उलट प्रत्येक जण बाईंकडे अधाशी, वाईट नजरेनेच पाहत होता आणि त्या सर्वांपासून बचाव करण्यासाठी बाई धडपड करीत होत्या. कोणाही पुरुषाशी बोलत नव्हत्या. कोणाशी विशेष घरोबा ठेवीत नव्हत्या. झोपताना खोलीला आतून कुलूप लावीत होत्या. रात्री-अपरात्री बाहेर पडत नव्हत्या. घ्यायची तेवढी सगळी काळजी बाई घेत होत्या आणि इतरांसुद्धा ही जाणीव असावी

यासाठी संधी बघून तसे त्यांच्यापाशी बोलत होत्या.

गुजरात्याची एक लग्नाची मुलगी होती. ती कधीमधी बाईची चौकशी करीत असे. गॅलरीत उभ्या राहिल्या-राहिल्या बाई कधी घाईने तिला जवळ बोलावून सांगत, "तो बघ, तो माणूस मधापासून माझ्याकडे बघतोय!"

"तो?"

"हो, पँट-कोट घालून उभा राहिलाय तो."

"तो त्या चौथ्या माळ्यावरच्या कमळाबाईचा नवरा आहे. चांगला आहे बिचारा. माझ्या माहितीतले आहेत ते सगळे लोक."

यावर बाईंचा चेहरा फार गंभीर होई. आजूबाजूला कोणी नाहीसे पाहून त्या म्हणत, "तुला माहीत नाही. लहान आहेस तू. चांगली-चांगली वाटणारी माणसं एकट्यादुकट्या बाईला बघून त्यांची अब्रू घेतात. कुणावर विश्वास ठेवू नये आपण. नेहमी जपून असावं!"

चाळीत काम करणारा एक म्हातारा रामा होता. बाई कधी त्याला हाक मारीत. काही काम असावे, या समजुतीने तो धावत येई आणि विचारी, "काय बाई?"

डोळे मोठे करून बाई म्हणत, "किती जवळ उभा राहतोस? लोक काय म्हणतील?"

बापडा म्हातारा कसनुसे हसून दूर होई. मग बाई हलक्या आवाजात सांगत, "त्या समोरच्या चाळीतल्या खिडकीतून पठाण बघ कसा माझ्याकडे बघतोय."

"बघितला तर बघितला. तो काय खातो आपल्याला, बाई?"

"ते खरं, पण सारखा बघत असतो मेला."

"बघीना खुशाल! आपण त्याच्याकडे बघितला नाय, म्हंजे झाला!"

या उत्तराचे बाईंना विलक्षण आश्चर्य वाटे. इतकी साधी का ही गोष्ट होती? मास्तरणीची नोकरी करणाऱ्या एकाकी बालविधवेला अब्रूने जगणे किती कठीण असते, याची या लोकांना काय कल्पना असणार? गेली सोळा वर्ष इतकी जपून वागले, म्हणून अशी राहिले. इतर मास्तरणी बघा. पुरुषांशी नाव चिकटलेले आहे. काही जणी वरून दिसतात साध्या, पण सगळे व्यवहार करतात. मला नाही हो तसे करायचे; मला सांभाळून राहिले पाहिजे!

बाई सांभाळून राहत होत्या. त्यांच्याकडे कधी कोणी पाहुणा आला आहे; चार माणसे, मुलेबाळे बसायला आली आहेत, असे घडत नसे. कधी तरी चार-पाच वर्षांतून, आला तर त्यांचा गावाकडे असणारा भाऊ येई. पण तोदेखील दोन दिवसांपेक्षा जास्ती राहत नसे. बाई अगदी एकट्याच राहत. त्यांच्याशिवाय त्यांच्या त्या अंधाऱ्या, दमट खोलीत कोणी नसे. या एकटेपणाबद्दल बाईंनी कधीही कुणापाशी तक्रार केली नव्हती. त्यांच्या चेहऱ्यावरही कधी दुःख, विषाद दिसत नसे.

रोज सकाळी उठावे, लागते तेवढे पाणी भरावे, स्नान करावे, एवढेसे भाताचे भांडे उकडावे, एवढीशी डाळ शिजवावी, वाटलं तर एखादी पोळी-दशमी करावी. बंद दाराआड बसून एकट्यानेच जेवावे, आवराआवर करावी. साधेच असे पातळ पण नीट अंग झाकेल असे नेसावे आणि खोलीला कुलूप घालून एका हातात पुस्तके, दुसऱ्या हातात छत्री असे शाळेला जावे. संध्याकाळी गेल्या वाटेने परत यावे. हातपाय धुवावेत, गुजराथ्याच्या मुलीशी दोन शब्द बोलले तर बोलावेत. दिवेलागण झाली की, पुन्हा एकटे बसून जेवावे. रामासाठी खरकटी भांडी दाराबाहेर ठेवून रामाची वाट पाहत गॅलरीत उभे राहावे. भांडी घासून झाली की, अंथरूण पसरून दिवा घालवावा. असा बाईचा कार्यक्रम होता.

शाळेत आणखी एक-दोघी मास्तरणी होत्या. त्या नाही म्हटले तरी चवचाल होत्या. निदान बाईंना तरी तसे वाटत होते. मास्तर बरेच होते. सर्वांशीच बाई कामापुरते बोलत. पण त्यापलीकडे काही नाही. नाही म्हणायला एक वयस्क वाळिंबे मास्तर होते. पन्नाशीच्या पुढचे. अंगापिंडाने टणटणीत आणि बाईंसारखेच सांभाळून राहणारे. ते मात्र बाईंची नियमितपणे विचारपूस करीत. शाळेबाहेर व मधल्या सुट्टीत गाठभेट झाली की, नमस्कार-चमत्कार होई.

''काय बाई?''

''बरे आहे.''

''उकाडा फार होतो नाही?''

''होय की!''

''पाणी चोवीस तास असतं का चाळीत?''

''नाही. सकाळी दहापर्यंत असतं, मग संध्याकाळी पाचला येतं आणि रात्रभर असतं.''

''बाकी तुम्हाला काय म्हणा, एकटा जीव सदाशिव!''

असली काही प्रश्नोत्तरे होत. दोघंही आपापल्या उद्योगाला लागत. कधी बाई विचारीत, ''काय हो?''

''ठीक. आज सकाळपासून डोकं दुखतंय बुवा फार!''

''ॲनासिन घेऊन बघा, गुण येतो त्यानं!''

''होय का? घेतलं पाहिजे.''

मग बाई चोरटेपणाने इकडे-तिकडे पाहत. कोणी पाहिले नाही ना याची खात्री करून घेत आणि गंभीरपणे म्हणत, ''बराय, जाते.''

हेसुद्धा बोलणे नेहमी होत नसे. कधी तरी. ओळीने चार-सहा दिवस मास्तरांनी विचारपूस केली की बाई अस्वस्थ होत. हे काही बरे नाही, असे त्यांना वाटे. वाळिंबे सज्जन असले तरी ते पुरुषच आहेत, हे त्यांच्या ध्यानात येई. त्या स्वतःला फार

बोल लावून घेत. रात्री बारा-एक वाजेपर्यंत अंथरुणावर जागत राहत. आपण जपले पाहिजे, जपले पाहिजे, असे त्या स्वत:लाच बजावीत आणि मग दुसऱ्या दिवशी वाळिंबे मास्तर एकटेच भेटले म्हणजे गंभीरपणे म्हणत, "तुम्हाला हे शोभत नाही. जेव्हा तेव्हा माझी विचारपूस का करता?"

उत्तर न देता मास्तर थंडपणे उभे राहत. सोग्याने तोंड पुसत. कोटातले घड्याळ काढून पाहत. बाई पुन्हा म्हणत, "मला कुणाशी जास्ती बोलणं आवडत नाही. उगीच घसट केलेली मला खपत नाही. समजलं?"

आणि त्या छत्री सावरून निघून जात. या प्रकारानंतर महिना, पंधरा दिवस बोलणे-चालणे मुळीच होत नसे. बाई आपले काम करीत, वाळिंबे आपले काम करीत. एकमेकांची एकमेकांशी ओळखदेख आहे, हेसुद्धा कधी कोणी दाखवीत नसे. बाई वाळिंब्यांकडे बघायचे टाळीत. वाळिंबे चेहरा निर्विकार ठेवून बाईच्या समोरून जात. दोघांनाही चुकल्या-चुकल्यासारखे होई. असे काही दिवस, महिने गेले की, मग आपणहून बाईच कधी म्हणत, "काय हो?"

मास्तर दचकून उभे राहत. कोटाच्या खिशातले हात गडबडीने बाहेर काढून म्हणत, "बरं आहे की."

राखायचे तेवढे अंतर राखून बाई मास्तरांपाशी उभ्या राहत. बोलावे की नको, असा त्यांचा चेहरा दिसू लागे. मग त्या खुलासा करीत, "माझ्या बोलण्याचा अर्थ तसा नव्हता हो!"

"छे, छे! चालायचंच!"

"नाही, तुम्हाला वाटायचं की काय चमत्कारिक वागतात, म्हणून म्हटलं!"

एवढं बोलणं होई आणि पुन्हा पहिल्याप्रमाणे बाई आणि वाळिंबे एकमेकांची चौकशी करीत. पण चौकशीच. यापुढे जाऊन वाळिंबे जास्त काही करू लागले की, बाई ते मुळीच खपवून घेत नसत. शाळा सुटल्यावर बाईच्या बरोबर चार-आठ पावले मास्तर बोलत चालत गेले की बाई कावऱ्याबावऱ्या होत आणि म्हणत, "तुम्ही तरी पुढे जा, नाही तर मी तरी जाते."

अशा स्वरूपाची त्यांची ओळख आज काही वर्षे होती. ती गहूभर पुढे जाई आणि गहूभर मागे येई.

एकदा वाळिंबे मास्तरांनी मुलाच्या हातून एक चिठ्ठी बाईना दिली. तीत लिहिले होते : 'तुमची हरकत नसेल तर आपण उद्या संध्याकाळी समुद्रावर जाऊ. मला तुमच्याशी काही बोलायचे आहे.'

या चिठ्ठीमुळे बाईना फार मोठा धक्का बसला. वाळिंब्यांच्या धारिष्ट्याचा त्यांना संताप आला. चिठ्ठीचापाठ्या पाठविण्याचा घाणेरडा प्रकार करायला त्यांना थोडी तरी लाज वाटायला पाहिजे होती. म्हणे, समुद्रावर जाऊ. कशाला? कोण जातं

माहीत आहे समुद्रावर? एकमेकांवर आशक झालेली जोडपी जातात, नवीन लग्नं झालेली जोडपी जातात. काय हा चावटपणा? म्हणे, मला बोलायचं आहे! काय बोलायचं आहे? संबंध काय तुमचा आणि माझा बोलायचा? तुम्ही कोण, मी कोण? मूर्ख कुठले?

बाई वर्गात बसल्या होत्या, पण संतापाने त्यांचे डोके तापून गेले. मधल्या सुट्टीतच त्यांनी प्रमुखांची परवानगी घेतली आणि त्या तडक घरी निघून आल्या. चार दिवस रजा काढून शाळेला गेल्याच नाहीत. चार दिवस त्यांचे कपाळ दुखदुख दुखले. बाई नीट जेवल्या नाहीत, त्यांना नीट झोप आली नाही. चाळीत कुजबुज झाली, पण आत जाऊन चौकशी कुणी करायची? शेवटी धीर करून गुजरात्याची ती तरुण मुलगी दार वाजवून म्हणाली, ''काय बाई, बरं नाही का?''

बाई बाहेर आल्या आणि दार ओढून घेऊन बाहेरच उभ्या राहिल्या. म्हणाल्या, ''काही विशेष नाही. पडल्ये होते उगीच.''

मग गुजरात्याच्या पोक्त बायकोने हाक मारून बाईंना घरात बोलविले. बसा म्हटले. दुपारची वेळ असल्यामुळे पुरुषमाणूस कोणी घरात नव्हते. बाई बसल्या. निम्मूने चहाला टाकले.

निम्मूची आई म्हणाली, ''एकटं राहणं बरं नाही बाई. जिवाला आल्यावर कोन बघणार? तुमचे सगे बी नाहीत इथे कोणी. भावाला तरी बोलावून घ्या.''

''तो कशाचा येतोय आणि आलाच तरी इथं किती दिवस राहणार?''

''दुसरं कोणी नाही का तिकडे तुमचं, इकडं येऊन राहण्यासारखं?''

''नाही हो, मी एकटीच आहे. कोणी कोणी दुसरं नाही!''

बाई असे बोलल्या. गुजरातिणीने त्यांना वरचेवर सांगितले की, ''घरात कुणी तरी दुसरे माणूस हवे. कधी जिवाला आले, तर या परदेशात तांब्याभर पाणीसुद्धा मिळणार नाही तुम्हाला. नोकरचाकर, शेजारीपाजारी हे आपले वरवर करणारे; मायेच्या माणसाची सर त्यांना येणार नाही. तुमची तब्येत धडधाकट आहे, म्हणून काही वाटत नाही. पण प्रसंग कधी येईल याचा नेम नाही. तुम्ही या अफाट शहरात एकट्या कशा राहता, याचं मला आश्चर्य वाटतं. तुमची हिंमत खरी. पण हे खरं नाही. अशा राहू नका.''

गुजरातिणीचे हे बोलणे ऐकून घेऊन बाई आपल्या खोलीत आल्या. दिवा न लावता अंथरुणावर पडून राहिल्या. आपण अगदी एकट्या आहोत, उभ्या जगात आपले कोणी माणूस नाही याची जाणीव त्यांना फार तीव्रतेने झाली आणि त्यांची त्यांनाच कीव आली. त्यांचा ऊर भरून आला. घसा भरून आला. डोळ्यांतून पाणी आले.

खोलीत गर्द काळोख होता, डास गुणगुणत होते आणि बाई अंथरुणावर पडून रडत होत्या; पण त्यांचे डोळे पुसायला, त्यांना समजवायला कोणी आले नाही.

अंधाऱ्या रात्री बाई रडरड रडल्या. त्यांचे मन शांत व्हायला बराच वेळ लागला. मग मध्यरात्री उठून त्यांनी तोंड धुतले, चूळ भरली. इतका वेळ रडल्यावर त्यांचे मन आता मोकळे झाले होते. त्यांनी स्वत:लाच धीर दिला. स्वत:चीच समजूत घातली आणि मग देवाचे नाव घेऊन अंथरुणावर अंग टाकले.

यानंतर रविवारी संध्याकाळी वाळिंबे मास्तर आणि बाई फिरायला गेल्या. समुद्रावर ओळखीचे कोणी भेटेल म्हणून बाई गर्दीच्या जागी बसल्या नाहीत. चर्नी रोड स्टेशनला जोडून जी बाग आहे, तिथल्या बाकावर ती दोघेही बसली.

पावसाळ्याचे दिवस होते. पिवळे ऊन पोपटी हिरवळीवर पडले होते. नुकतीच पावसाची एक हलकीशी सर येऊन गेली होती. त्यामुळे हवेत गारवा होता. पश्चिमेकडे एक मोठा थोरला राखी रंगाचा ढग उठत होता.

बाईंनी नवे पातळ नेसले होते. पदर नीट पुढे घेऊन छातीवर हाताची घडी घातली होती. पश्चिमेकडे चाललेली नाना रंगांची उधळण त्या पाहत होत्या. मावळत्या सूर्याचा चमकदार प्रकाश त्यांच्या अंगावर, तोंडावर पडला होता.

वाळिंबे मास्तरांनी स्वच्छ पांढरा अंगरखा घातला होता. डोक्यावर छान घडीची पांढरी टोपी घातली होती. छत्रीच्या मुठीवर दोन्ही हात टेकवून ते फोटो काढून घेण्यासाठी बसावे तसे बसले होते.

गाड्या येत-जात होत्या. समोर समुद्राच्या आणि आकाशाच्या पार्श्वभूमीवर रंगीबेरंगी कपडे घातलेली माणसे दिसत होती. अनेक आवाज मिळून एकच आवाज सारखा ऐकू येत होता.

मग बाईंनी मास्तरांकडे तोंड करून म्हटले, "काय हो?"

मास्तर मऊ शब्दांत म्हणाले, "बरं वाटतं नाही उघड्यावर?"

"हो, ना!"

"मला वाटलं, तुम्ही माझ्या चिठ्ठीमुळे रागावलात."

"खोटं कशाला सांगू, मी खरंच रागावले होते. माझं डोकंसुद्धा दुखत होतं. रात्रभर मला झोप आली नाही."

मास्तर काळजीयुक्त चेहरा करीत म्हणाले, "होय का? मला वाटलंच!"

"आणि मग मला वाटलं की, मायेचं माणूस पाहिजे कुणी तरी. असं एकटं राहणं बरं नाही. पण असं म्हणून थोडंचं कुणी येणार आहे? माझ्याकडे येऊन राहील, असं कुणी माणूस मला नाही."

मास्तर म्हणाले, "कधी-कधी असं वाटतं खरं. तुम्हाला कोणी नाही. मला मुलंबाळं आहेत, सुना आहेत; पण मुलांची आई गेल्यापासून मलासुद्धा एकटं-एकटं वाटतं. मुलं मोठी झाली की त्यांची मायाच आटते. जुनी माणसं म्हणजे त्यांना अडगळ वाटायला लागते. तरी बरं, मी अजून मिळवता आहे."

"होय की."

मग दोघेही गप्प बसली. काय बोलावे, हे कुणालाच सुचेना.

समोरचा पाण्याने भरलेला ढग आता सूर्याला झाकीत होता आणि लाल-पिवळ्या उजेडाच्या पिचकाऱ्या ढगाच्या चारी बाजूंनी बाहेर उडत होत्या. रस्त्यावरचे पारवे दिवे लागले होते.

बाईंनी विचारले, "किती मुलं तुम्हाला?"

"चार आहेत. दोघांची लग्नं झाली आहेत. त्यांपैकी एक वेगळा राहतो. मोठा आहे अजून माझ्यापाशी. धाकटे दोन शिकताहेत. नाही म्हटलं तरी त्यांची जबाबदारी माझ्यावर आहे."

"का, मोठा मुलगा नाही का बघत?"

"बघतो, पण तितकंच! काळ बदलला आहे. त्याला तरी काय म्हणायचं? त्याची बायको करून घालते, हेच पुष्कळ झालं."

मग बाई बराच वेळ आपल्याच विचारात गढून गेल्या. वाळिंबे मास्तर वरचेवर त्यांच्या तोंडाकडे बघत होते आणि छत्री टेकल्या जागीच गोल-गोल फिरवीत होते.

अंधार पडला तशा बाई भानावर आल्या आणि दचकल्यासारखे करून म्हणाल्या, "चला, अंधार झाला हो – काही कळलंच नाही!"

एकामागून एक अशी ती दोघंही घराकडे परत निघाली. वाटेत काही विशेष बोलणे झाले नाही. मास्तरांची वाट फुटली, तेव्हा त्यांनी विचारले, "घरापर्यंत येऊ का?"

बाई घाईने म्हणाल्या, "नको-नको. मी जाते."

खजील होऊन मास्तरांनी निरोप घेतला. ते आठ पावले गेले नाहीत, तोच बाईंनी हळूच हाक मारली. मास्तर पुन्हा परत आले. बाई म्हणाल्या, "तुम्ही माझ्या घराकडे आलेले मला आवडायचं नाही हं!"

त्यानंतर चार-सहा दिवस बाई चोरट्यासारख्या वागत होत्या. आपल्याकडे कोणी बोट दाखवीत नाही ना, चाळीत आपल्यासंबंधी कोणी कुजबुजत नाही ना, असे त्यांना सारखे वाटत होते. शाळेतल्या कुणी मास्तरांनी, कुणी बाईंनी आपल्याला एकत्र हिंडताना पाहिले असेल, या कल्पनेने त्यांचा ऊर धडधडायला लागे. आपल्या हातून काही तरी शरमेची गोष्ट झाली, असे वरचेवर वाटून त्यांची कानशिले तापून जात. श्वास रोधला जाई. आपण आपल्याच तोंडात मारून घ्यावी, असे वाटे. जपून वागता-वागताच त्यांचे पाऊल वाकडे पडत नव्हते का? हळूहळू वाळिंबे मास्तर त्यांना आपल्या जाळ्यात ओढीत नव्हते का? मनाने आणि तोंडानेही 'नाही-नाही' म्हणता बाई एक प्रकारे या पुरुषाला होकारच देत नव्हत्या का? इतके दिवस सांभाळलेले शील त्या आपणहून बिघडवीत नव्हत्या का? छे, छे, हे फार वाईट घडत होते. काही तरी भयंकर घडत होते. त्याला बांध घालणे आवश्यक होते.

अद्याप काही झाले नाही तोवर वाळिंब्यांना स्पष्ट सांगायला हवे होते. वेळ आहे तेवढ्यात एक घाव दोन तुकडे करणे जरूर होते.

पंधरा दिवस विचार करकरून बाईनी वाळिंब्यांना कळविले की, चर्नी रोडच्या बागेत परस्पर या. मला तुमच्यापाशी स्पष्ट बोलावयाचे आहे.

ठरल्या वेळी बाई बागेत जाऊन बाकाच्या एका कोपऱ्यात बसल्या. वाळिंब्यांशी काय बोलायचे, ते त्यांनी मनोमन पक्के केले. काही वेळाने वाळिंबे आले आणि गंभीरपणे बाकाच्या दुसऱ्या टोकाशी बसले. त्यांच्या चेहऱ्याकडे न पाहता बाई बोलू लागल्या –

"तुम्ही यापुढे माझ्याशी मुळीच बोलत जाऊ नका. मला फार त्रास होतो. वरचेवर मी तुम्हाला सांगितलं तरी तुम्ही माझ्याशी पुन:पुन्हा का बोलता? मी अशातली नाही, हे तुम्हाला ठाऊक नाही का? आजपर्यंत माझ्या हातून काहीही घडले नाही. धुतल्या तांदळासारखी मी राहिले आहे. तुम्ही मला का डाग लावता? आज मी शेवटचे सांगते, याउप्पर आपले संबंध तुटले. तुम्ही माझ्याशी बोलत जाऊ नका, मला नमस्कार करू नका, मी तुम्हाला करणार नाही.''

बाईंचा स्वर कापरा झाला होता. त्यांचे सगळे अंग थरथरत होते. या सरबत्तीने वाळिंबे मास्तर गोंधळून गेले होते. पटकन काय उत्तर द्यावे, ते त्यांना समजेना. पायाची तिढी काढून ते नीट बसले. सगळा भार त्यांनी छत्रीवर टाकला आणि मग म्हटले, "मी काही सोळा वर्षांचा पोरगा आहे का बाई? मला या गोष्टी का समजत नाहीत? कुणाला बिघडवावं, कुणाच्या मागे लागावं, असं माझं वय नाही आता. चांगला पोरबाळांचा धनी आहे मी. शिकलो-सवरलोय. जगाचा बरा-वाईट अनुभव घेतलाय.''

"मग माझ्या मागं का लागता? माझ्याशी लगटपणा का करता?''

"ते मागं लागणं नाही आणि लगटपणाही नाही.''

"मग इथून पुढे माझ्याशी बोलू नका. आपले संबंध तुटले.''

"का म्हणून?''

"मला आवडत नाही हे... मला त्रास होतो.''

मास्तर थांबून म्हणाले, "तुम्हाला आवडत नाही, हे खोटं आहे. आवडत नसतं तर इतकी वर्षं तुम्ही माझ्याशी बोलला नसता. मी चिठ्ठी पाठविल्यावर इथं आला नसता. नाही का?''

बाई चकित झाल्या. अंघोळ करताना कुणी एकदम खोलीचा दार उघडावे तसे त्यांना झाले. त्या एकदम संतापून म्हणाल्या, "याचा अर्थ काय?''

"याचा अर्थ अगदी साधा आहे. मलाही आपलं म्हणायला कुणी नाही, तुम्हालाही नाही. तुम्ही एकट्या आहात, मीही एकटा आहे. आपल्याला परस्परांची

सोबत पाहिजे आहे. निदान मला तरी पाहिजे. तुम्हाला त्रास होतो, तो तुम्ही करून घेता म्हणून. खरं तर यात त्रास करून घेण्यासारखं काय आहे?''

''पण मला त्रास होतो?''

''तो करून घेऊ नका.''

''काय करू?''

''माझ्यावर विश्वास ठेवा. मी तुम्हाला फसवणार नाही, लुबाडणार नाही. मला आपला मित्र समजा.''

हे बोलताना वाळिंबे मास्तरांचा आवाज स्वच्छ होता. त्यांचे शब्द स्पष्ट होते आणि त्यांच्या चेहऱ्यावरून दिसत होते की, ते खरे बोलताहेत. यात ढोंग, बनवाबनवी मुळीच नाही.

बाईंना वाईट वाटले. एका चांगल्या माणसाला आपण उगीच टाकून बोललो, असे वाटले. वाळिंबे हे खरोखरच सज्जन गृहस्थ आहेत, असे त्यांना वाटले आणि ही जाणीव होताच त्या एकदम दचकल्या. मास्तरांच्याबद्दल असे वाटणे चांगले नव्हते.

''नाही, नाही – इतकी वर्षं मला कोण होतं? मी एकटीनंच दिवस काढले ना? मला कुणाची सोबत नको. मी एकटी राहीन!''

''असं तुम्हाला खरोखरीच वाटत असलं, तर माझा आग्रह नाही. पण मला आपलं वाटतं की, आपली एकमेकांना सोबत व्हावी. बघा तुम्ही.''

एवढे म्हणून वाळिंबे मास्तर आकाशाकडे बघत बसून राहिले. बाई काही वेळ बसल्या आणि मग 'बराय... जाते मी,' असे म्हणून एकट्याच उठून घरी आल्या.

जवळजवळ महिनाभर कोणी कोणाशी बोलले नाही. बाईंना फार चमत्कारिक वाटू लागले. कशासाठी या खोलीत एकटेच राहायचे? रोज उठून एकट्याने जेवायचे... भीती तरी कुणाची आणि कशासाठी बाळगायची? इतकी वर्ष एकट्याने काढली; आता म्हातारपणी एकटेच कसे राहायचे? कुणी रडायला नसताना कसे मरून जायचे? आपल्या लहानपणाचा काळ आता गेला नाही का? या मुंबई शहरात काय पाळले जाते आहे?....

बाईंनी नाना प्रश्न स्वतःला विचारून पाहिले. रात्रभर जागून विचार केला. त्यांच्या जिवाची खूप ओढाताण झाली. शेवटी त्यांनी मास्तरांना कळविले की, आज समुद्रावर फिरायला जाऊ या... माझे मागचे बोलणे विसरून जा.

मास्तर आणि बाई त्या दिवशी राजरोस हिंडली. हॉटेलात जाऊन त्यांनी चहा घेतला. संध्याकाळी खारे वारे खात ती दोघेही चौपाटीच्या मऊ वाळूत उशिरापर्यंत बसली. मनमुराद बोलली. अंधार झाला. दिवे चमकू लागले. चौपाटीवर अगदी तुरळक गर्दी राहिली.

मास्तर मांडी घालून वाळूत बसले होते आणि मुठीत धरून विडी पीत होते. बाई कौतुकाने त्यांच्या चेहऱ्याकडे पाहत होत्या. मग बाईंनी खासगी स्वरात विचारले, ''शाळेत कळलंय का हो, हे आपलं?''

मास्तर म्हणाले, ''कुणाला वेळ आहे आपल्यावर सी.आय.डी.पणा करायला? आणि मी म्हणतो, कळलं!... काय करणार आहे कोण आपलं?''

''नाही, पण बोभाटा होईल ना!''

विडीचा झुरका घेऊन धूर सोडीत मास्तर म्हणाले, ''झाला तर बघू!''

बराच उशीर झाला, तेव्हा मास्तर आणि बाई उठल्या. मास्तरांचा रस्ता फुटला तेव्हा बाई म्हणाल्या, ''आपण येता का खोलीपर्यंत? आमच्या चाळीच्या खाली वाईट लोक राहतात. आता त्यांचा अड्डा दुकानाच्या फळीवर बसला असेल.''

मग मास्तर पार चाळीपर्यंत आले. जिना चढून खोलीपाशी आले. कुलूप काढीत बाई म्हणाल्या, ''आता जा आपण.''

आता सगळे सुरळीत होते. बाई होय-नाही म्हणत नव्हत्या. हे बघून मास्तरांनी एकवार विचारले, ''उद्या सिनेमाला याल का?''

बाई गंभीरपणे म्हणाल्या, ''अंहं. तिकीट हातात आल्याशिवाय नाही.''

''तिकिटं काढून आणतो मी. मग तरी याल?''

''तुमच्या ध्यानात नाही आलं. सिनेमाचं तिकीट नव्हे – लग्नाचं!''

मास्तर हसून म्हणाले, ''असं होय? बरं-बरं.''

''आणि बरं का, दुसरं एक आत्ताच सांगून ठेवल्ये. तिकीट हातात पडल्याशिवाय यापुढे मी तुमच्या म्हणण्याला होकार देणार नाही.''

''बरं-बरं.''

काही दिवस गेले. बाईंनी बऱ्याच अटी घातल्या, मास्तरांनी त्या कबूल केल्या आणि कसलाही गाजावाजा न होता बाईचे वाळिंबे मास्तरांशी नोंदणी पद्धतीने लग्न झाले. बाईच्या कपाळावर अचानकपणे कुंकू आले. हातांत हिरव्या बांगड्या आल्या. सोन्याचे बिल्वर आले. गळ्यात मंगळसूत्र आले आणि चाळीतली माणसे चकित झाली. त्यांची एकमेकांत कुजबुज सुरू झाली. या म्हातारीने आता कशाला लग्न केले असेल आणि कुणाशी केले असेल, असे बोलले जाऊ लागले. ती कच्छीण, ती गुजरातीण, ते तरुण जोडपे – सगळी आपसात बोलू लागली. मग मास्तर नियमितपणे संध्याकाळी चाळीत येऊ लागले. गंभीरपणाने ते जिना चढून वर येत आणि बाईच्या खोलीचे दार ठोठावीत. बाई आतूनच विचारीत, ''कोण आहे?''

''मी.''

मग बाई पदर सावरून दार उघडीत आणि पुन्हा खोलीचे दार बंद होई. सकाळी साडेसात-आठच्या सुमारास मास्तर आपल्या घरी जात. सुरुवाती-सुरुवातीला चाळीतील

सर्वांच्या नजरा त्यांच्याकडे जात. 'बाईंचा नवरा', 'बाईंचा नवरा' अशी कुजबुज होई. पोट सुटलेले, गाल ओघळलेले आणि केस पांढरे होऊ लागलेले वाळिंबे मास्तर पाहून चाळीतले लोक हसत. पण लवकरच हे सगळे होईनासे झाले.

बाईंचा चेहरा तुकतुकीत झाला. कधीमधी त्या केसांत फुले, गजरा माळू लागल्या. निम्मूशी, तिच्या आईशी बोलताना त्या 'आमचे हे', 'आमचे हे' असा मास्तरांच्या नावाचा उल्लेख करू लागल्या. मग गुजरातिणीने विचारले, ''तुमी आता त्येंच्या तिकडं जाणार का न्हायला?''

बाई म्हणाल्या, ''छे, छे! ते नाही मला जमायचे. माझी खोली मी कशी सोडू?''

''मग त्येंना तरी हिकडं बोलवावं.''

''कशाला? मला ते म्हणतात की घरी चल. मी स्पष्ट नाही म्हणून सांगितलं. त्यांच्या मुलांना कोण सांभाळणार? त्यांचा सगळा संसार माझ्यावर पडेल. मी गेल्यावर थोरला मुलगा वेगळा निघणारच; म्हणजे सगळा संसार आलाच की माझ्यावर. ती कुणी ब्याद घ्यावी अंगावर? ते इकडे आले तरी तेच होणार. एका खोलीत किती जणांनी राहायचं? मी नोकरी सोडणार नाही आणि भाकरी बडवीत घरी बसणार नाही. त्यांना वाटले तर येतील-जातील रोज!''

मास्तर राहायला आले नाहीत. बाई खोली सोडून गेल्या नाहीत. पाहुणे आल्यासारखे रोज रात्री मास्तर चाळीत येऊ लागले आणि सकाळी लवकर उठून परत जाऊ लागले. त्यांचा संसार कसा आहे, हे कुणालाच कळले नाही. ते काय बोलतात, काय खातात, कसे वागतात – हे कुणालाच समजले नाही. सगळे दाराआड होत राहिले. मास्तर सोडून दुसरे कोणी बाईंकडे कधी आले नाही. खोली सोडून चुकूनसुद्धा बाई रात्री मास्तरांकडे राहिल्या नाहीत. दिवसा उजेडीसुद्धा कधी त्या आपली मुले आणि सुना यांना भेटायला त्यांच्या घरी गेल्या की नाही, कोण जाणे!

बाईंच्या चेहऱ्यावरची तुकतुकी फार दिवस टिकली नाही. त्यांच्या अंगावरचे दागिने लवकरच दिसेनासे झाले. साधीच पातळे त्या पुन्हा वापरू लागल्या. पुन्हा त्यांचा चेहरा नेहमीप्रमाणे गंभीर दिसू लागला. थकलेला दिसू लागला. त्या पुन्हा जपून वागायला लागल्या. मास्तर भेटेपर्यंत आपल्याला काय पाहिजे, हेच त्यांना कळत नव्हते. नंतर त्यांना आपल्याला काय पाहिजे होते ते मिळाले, असे वाटले. पण खरोखरीच त्यांच्या हाताला काही लागले नव्हते.

बाईंचे लग्न होऊन वर्ष-सहा महिने उलटले आहेत. मास्तरांचे नियमित येणे आता बंद झाले आहे. कधी ते येतात, कधी येत नाहीत. निम्मू कधी चौकशी करते, ''बाई, आज मास्तर नाय आले?''

बाई उत्तर देतात, ''म्हातारं माणूस – आलं, आलं, नाही, नाही!''

■

बाजाराची वाट

मागे एकाएकी घंटा वाजली आणि डोक्यावर बाजाराचे गठळे अन् हातात येशेलखोबरेलाच्या बाटल्या घेतलेली वंचा लट्कन् हलून एका अंगाला झाली. तिचा ऊर धपापू लागला. दिवस मावळायला आला होता. इतर बाजारकरू केव्हाच परतले होते आणि तरणीताठी, शंभर जणींत देखणी वंचा एकटीच झपाट्याने पाय उचलीत होती. तिने बाजाराला नेलेल्या मिरच्या विकायला फार वेळ लागला. बाजार फुटता-फुटता, शेवटच्या शेरभर मिरच्या देऊन तिने फडके झाडले आणि तिथून तिने आपला बाजार खरेदी केला. तेल, मीठ, नारळ, केरसुणी या जिनसा नीट पारखून घेता-घेता दिवस पार उतरला. गठळे डोक्यावर घेऊन वंचाने गावचे कोणी सोबतीला मिळते का याचा तपास केला. वाण्याची गबा, सोनाराची किशी, पवाराची धोंडाबाई या बायका येताना तिच्या बरोबर होत्या. 'माघारी जातानाबी मिळून जाऊ म्हनं,' असे त्यांचे बोलणेही झाले होते. पण तितका वेळ कोण थांबणार? कदाचित या बायका आपली वाट बघत ओढ्यालगतच्या वडाखाली बसल्या असतील, या विचाराने वंचाने बाजारातला तपास सोडला आणि ती गावाबाहेर पडली. पण वडाखाली कोणी नव्हते. बायका वाट बघून केव्हाच गेल्या होत्या. मग वंचा

बावरली आणि भराभरा पाय उचलू लागली. उदनवाडीकडे जाणाऱ्या वाटेने जाऊ लागली. पांद ओलांडून ती टेकावर आली आणि मोठ्या आशेने तिने समोरच्या गाडीवाटेकडे पाहिले. पण थेट क्षितिजापर्यंत दिसणाऱ्या वाटेवर कोणी नव्हते. सोबतीला कोणी नसताना पाच मैलांची ही आडरानातली वाट एकटीने आवरायची कशी? आत्ता मैलभर जाईपर्यंत अंधार होणार होता. रात्र काळोखी होती. काळोख्या रात्री तरण्यातातल्या बाईने एकटे जावे कसे?

वरचेवर मागे-पुढे बघत, पवाराची वंचा वाट काटीत होती. हिरव्यागार लुगड्याच्या पदराखाली तिचा ऊर धपापत होता. ओल्या हळदीच्या गाभ्यासारखी तिची काया घामेजून गेली होती. ही वाट तिच्या पायाखालची होती. रातची अंधाराची वाट तुडविणे तिला नवीन नव्हते. मळ्यातून माघारी यायला रोजच उशीर होई. हे सगळे खरे असूनही तिला भीती वाटत होती. तिच्या जीवाची दैना-दैना झाली होती.

आणि अशात एकाएकी मागे सायकलची घंटा वाजली आणि सुखा जाधव जोरकस सायकल मारीत वंचाच्या अंगावरून पुढे गेला. जाता-जाता मागे वळून त्याने वंचाकडे पाहिले, पण तो थांबला नाही. त्याच्या बोजाखाली सायकल कराकरा वाजत होती आणि पेंडीचे पोते कॅरेजवर बांधून सुखा अंधाराच्या आत गावात पोहोचण्याच्या हिशेबाने जोसात चालला होता.

वाटेने पळता-पळता वंचा मनात म्हणाली, 'ह्यो जर पायी-पायी जात असता तर सोबत झाली असती. असंना का गडीमानूस, पर गावचा हाय. पर ह्यानं घेतलीया सायकल. काय करावं ह्या कहराला?' आला तसा सुखा जोरकस पाच-सात कासरे पुढे गेला आणि एकाएकी सायकलीवरून खाली उतरला. वाकून चाकाकडे बघू लागला. त्याला तसे बघताना वंचाने लांबून पाहिले आणि ती म्हणाली, "बया गं, वाफ गेली जनू चाकातली!"

एका हाताने सायकल धरून सुखा वाटेवरच उभा होता. वरचेवर चाकाकडे आणि मागून येणाऱ्या वंचाकडे पाहत होता. ही बाई येईपर्यंत वाटेवर उभे राहणे बरे दिसते का? का आपण आपले पुढे चालू लागावे? तिने होऊनच जर मधले अंतर काटले आणि काही बोलणे केले, तरच बोलावे, सोबत घ्यावी – असा विचार त्याच्या मनात चालू होता. हा विचार सुखाच्या मनात यावा याला कारणही होते. गावातल्या कुणाही बाईशी आपणहून बोलणे निराळे आणि वंचाशी बोलणे निराळे! तिच्याशी बोलताना गावातल्या कुणाही तरुण माणसाने विचार करावा, अशीच परिस्थिती होती. कारण वंचा ही पद्मिनीसारखी देखणी होती. लग्न होऊन आठ वर्षे झाली तरी तिचे तरुणपण सारखे फुलतच होते आणि असले देखणेपण जवळ असूनसुद्धा ही बाई फार मर्यादशील होती. तिच्याविषयी गावात वाईट बोलवा अशी मुळीच नव्हती. विशेष म्हणजे उदनवाडीतही बोलवा नव्हती, ही ध्यानात घेण्याजोगी बाब

होती. कारण हे गावच थोडे फाजील होते. गावात पाच-सात पोरे अशी होती की, त्यांनी चांगली अशी बाई ठेवलीच नव्हती. त्यांच्यापाशी कळाच अशा होत्या की, कितीही साधीसुधी बाई बनेल व्हावी! ही वांड पोरे खळणी कापडे घालून नको तिथे भोके पाडीत सारखी हिंडत असायची. गावातल्या भल्या-भल्या बायका त्यांनी नादी लावल्या होत्या आणि सगळे गाव बाटवले होते. गावात भानगडी फार झाल्या होत्या. त्याला आवर घालणे मोठे कठीण होते. या बाबतीत उपाययोजना करणे, ही मोठी नाजूक बाब असते. अब्रूला सांभाळायचे म्हणजे तोंड दाबून बुक्क्यांचा मार सहन करावा लागतो. अशी बरीच कुटुंबे गावात होती. या बायका असे काही करतील, असे कधीही मनात न आलेले त्यांचे नवरे माना खाली घालून गावातून फिरत, बायकांवर करडी नजर ठेवत, त्यांना वेळोवेळी काठीने बडवत आणि तरीही व्हायचे ते चोरूनमारून होईच. या सगळ्या घाणीत ज्या काही थोड्या बायका चांगल्या राहिल्या होत्या, त्यांपैकी एक वंचा होती. पोटी मूलबाळ नसलेली ही देखणी बाई नीट संसार करीत होती. तिच्या वाटेला कोणी गेले नव्हते.

सुखा वाटेवर उभा होता. भराभर पाय उचलीत वंचा जवळ-जवळ येत होती. दिवस बुडाला होता. आता दिसेनासे होणार होते. चांदण्या चमकणार होत्या. रातकिडे किरकिरणार होते. सुरेख वारा वाहत होता. तांबड्यालाल पश्चिमेकडून वटवाघळांच्या झुंडी येत होत्या आणि पूर्वेकडे जात होत्या. पाकोळ्या फिरू लागल्या होत्या आणि अद्याप बरीच वाट चालायची होती.

दोन पायांवर लुगडे नेसलेली वंचा जवळ आली आणि धीर धरून सुखा म्हणाला, "अंधार करून निगाला?"

सुखापासून चार-सहा वावांवर वंचा उभी राहिली. हातातील बाटल्या तिने दगडाला टेकवून उभ्या ठेवल्या आणि पदराने गळ्याचा घाम पुसला. मंजुळ आवाजात तिने म्हटले, "निगीन-निगीन म्हनत झाला वं येळ!"

बस! एवढेच ती बोलली. डोईवरचे गठळे तिने सारखे केले. थोडका दम घेतला आणि पुन्हा बाटल्या उचलून पाय उचलला. सुखाच्या बाजूने पुढे होऊन ती चालू लागली. मागून सुखा बोलला, "ऐन टायमाला काटा लागला चाकाला. आता सायकल ढकलत गावापतूर जानं आलं!"

आणि सायकल रेटीत तोही चालू लागला. मागे गडीमाणसाच्या जाड पायतणांचा आवाज येत होता. त्यामुळे वंचाला निर्धास्त वाटत होते. आता गावात पोहोचेपर्यंत उशीर झाला तरी हरकत नव्हती. सोबत होती. सुखा गावचा होता. माहितीतला होता. त्याची सायकल ऐन वेळी पंक्चर झाली, हे बरेच झाले होते. वाटेने चालताना वंचाचे विचार सारखे घराकडे धावत होते. आणखी थोडा वेळ वाट बघून नवऱ्याने गावात चौकशी केली असेल. तो स्वत: गाडी जोडून बाजारला यायलाही निघेल...

असे विचार तिच्या मनात येत होते आणि ती सणक्याने पाऊल उचलीत होती. मागून सुखा येत होता.

काही वेळ एकमेकांशी न बोलताच ती दोघेही अशी वाटेने चालत होती. अंधार झाला. आभाळात चांदण्या चमकू लागल्या. रातकिड्यांची किरकिर सुरू झाली. वंचाला वाटले, सोबतीच्या माणसाशी अक्षरही न बोलता वाट चालत राहणे बरे दिसते का? हा माणूस काही परका नाही, गावचाच आहे. चांगला पोक्त आणि लेकराबाळांचा धनी आहे. मीही काही नवी पोर नाही. दोन शब्द बोलायला काय हरकत आहे? बोलत गेलो तर पायाखालची वाट लवकर संपेल. पण आपणच बोलण्यापेक्षा त्यालाच बोलू दिले तर? त्यानेच बोलणे सुरू करावे. बायामाणसाने काय बोलायचे? हा विचार मनात आला आणि वंचाची पावले हळूहळू पडू लागली. तिच्यातले आणि सुखातले थोडेसे अंतर कमी-कमी होऊ लागले. होता-होता सुखा तिरपा, उजव्या बाजूला आला आणि ती दोघेही बरोबरीने चालू लागली. दोघांच्या पावलांचा आवाज येत होता. सायकल वाजत होती. वंचाच्या हातातल्या बाटल्या एकमेकींना थटून आवाज करीत होत्या. वाट हलके-हलके ओसरत होती.

जवळ आलेल्या वंचाच्या लुगड्याचा सुरेख वास सुखाला आला. इरकली लुगड्याची खसखस, सळसळही त्याला नीट ऐकू येऊ लागली आणि त्याचबरोबर तळलेल्या पदार्थाचा खमंग वासही येऊ लागला. वंचाने लेकराबाळांसाठी काही मिठाई विकत आणली असावी. पण तिला पोर नव्हते. मग ही मिठाई कुणासाठी? कदाचित तिच्या नवऱ्याला तिखटमिठाचे हे बाजारी पदार्थ खाण्याची इच्छा झाली असेल आणि त्याने बायकोपाशी ते आणायला सांगितले असतील किंवा नवऱ्याची आवड जाणून वंचानेच हे पदार्थ मुद्दाम आणले असावेत. काही का असेना, तिच्यापाशी असलेल्या त्या खमंग पदार्थांच्या वासाने सुखाच्या तोंडाला पाझर सुटला होता. वरचेवर त्याला घुटका गिळावा लागत होता.

मग सुखा म्हणाला, "अंधार झाला. अजून सोनाराचा मळा आला न्हाई. टाईम होणार गावात पोहोचायला."

वंचा म्हणाली, "व्हय की."

"अर्जुन पाटील म्हनत असतील, तुमी न्हायला राती पावन्याकडं."

"न्हाती कशी?"

"न्हाई, टाईम झाला तवा त्येंना वाटलं आसंल म्हनतो मी –"

एवढे बोलणे झाले आणि वंचाच्या डोळ्यांसमोर घराचा सोपा आला. जोत्यावर खांबाला टेकून बसलेले अर्जुन पाटील आले. उंचीने बुटके आणि अंगाने सुटलेले, मिशा गोंजारीत ते बसले होते आणि अंगणात बांधलेल्या बैलाला वैरण घालणाऱ्या भावाला म्हणत होते, 'अरं घेव्या, तुजी वयनी अजून आली नाही बाजारास्नं. का बरं

इकता येळ लागला?'

वंचा सुखाला उद्देशून बोलली, ''तरी बरं, पोरंबाळ न्हाईत लहान, घरात कालवा करायला.''

आत्ता हे ती सहज बोलून गेली. पण ही तिची जखम नेहमीचीच होती. जेव्हा तेव्हा तिचे हे दुःख तिच्या बोलण्यातून बाहेर उडी घेई. अलीकडे दुसरी बायको करावी, असाही विचार अर्जुन पाटलाच्या मनात कधीमधी येत होता आणि वंचाचे हे दुःख जास्तीच गडद झाले होते. ती मनात झुरझुर झुरत होती.

सुखा म्हणाला, ''द्येवाची तरी काय करनी म्हनावी! आमची इष्टेट काय वाया जात न्हाई, पर दर साला-दोन सालानं पोर होतंया. आन् अर्जुन पाटील पोरासाठी तरमळत्यात, तर त्येंना काय न्हाई. त्येंच्या मागनं चार का पाच वर्षांनी झालंया माजं लगीन!''

काही वेळ कोणीच काही बोलले नाही. वंचाने मनोमनी सुखाच्या बायकोची मूर्ती डोळ्यांपुढे उभी केली आणि ती तिचे रूप पाहत होती. रंगाने काळीसावळी, रूपाने बेताची, अंगाने बारीक अशी असूनही देवाने तिची कूस सुपीक केली आहे आणि मला मात्र काही नाही – असा विचार तिच्या मनात येत होता. आपल्या स्वरूपाची भटी ही अशी सुरेख साधून देवाने काय मिळवले असेल? पोटी पोर नाही. आठ वर्ष झाली तरी हे वांझपण फिटत नाही. सगळे उपाय केले. औषधे खाल्ली, नवससायास केले, देवदेवऋषी केले; पण कशाचा काही गुण नाही. असे करता-करता ही नवती कोमेजून जायची. इतके दिवस आशा करण्यात घालविले, पुढचे दुःखी-कष्टीपणात घालवायचे!

''का वं, बोलाना काय? बोलन्याशिवाय वाट वसरत न्हाई.''

''व्हय की, पर काय बोलायचं बायामानसांनी?''

''आता हे काय बोलनं झालं? बरोबर चार बायका सोबतीला असल्या, तर गपच चालला असता का?''

''बोललो असतो की. बाया-बायांच्या बोलन्याच्या गोष्टी येगळ्या.''

सारे आभाळ आता चांदण्यांनी गजबजून गेले होते, वारा वाहत होता. वाटेकडेला असलेल्या झाडांतून आवाज करीत होता. अधूनमधून पिंगळ्यांची जोडी बोलत होती. सुखाने हातात धरलेल्या सायकलीचा पायटा वंचाच्या पायाला घासत होता. वंचाने बाजारहून आणलेल्या तळकटाचा वास सारखा दरवळत होता.

''बाटल्या द्या शिवट माज्याकडं.''

''न्हाई, असू द्या.''

''नका, द्या. सायकलीला अडकवू म्हनं.''

''नका, फोडाल.''

"मग गटुळं द्या. मला काय वझं न्हाई त्येचं. सायकलीला अडकवितो हँडलाला.''

सुखाने फार आग्रह केला, तेव्हा वंचाने एका हाताने डोईवरचे गठळे वरच्यावर थोडे उचलले. सुखाने सायकल आपल्या पोटाने तोलली आणि दोन्ही हातांनी गठळे उतरवून घेतले. तेव्हा वंचाच्या नरम दंडाला त्याचा हात लागला आणि दहिवराने भिजलेल्या गुलाबासारखा, घामाने ओलसर झालेल्या वंचाच्या गळ्याचा, कपाळाचा वास त्याला आला.

सुखाच्या कठीण दंडाचा स्पर्श झाला आणि वंचाला विस्तू लागल्यासारखे झाले. तिची मान अवघडली होती, हात अवघडला होता. पडलेला पदर नीट घेऊन ती काही न बोलता चालू लागली. हँडलला गठळे लावून सुखा शेजारी आला, तेव्हा वंचा म्हणाली, ''गाव आलं. इकती लांब आले तशी पुढे गेले असते. काय लई वझं न्हाई गठाळ्याचं –''

''कुठाय गाव? अजून सोनाराचा मळा आला न्हाई. उचला पाय.''

''बया गं! तुमच्या बरोबरीनं माझं पाय उचलायचं व्हय?''

''न्हाई तर मग गाव कसं येणार?''

''ईना सावकास!''

''आँ? पाटील यावंत गाडी जोडून, म्हणून येळ लावताय का?''

''इकती न्हाई बायकूची काळजी त्येस्नी –''

वंचा हे बोलून गेली आणि तिला वाटले, आपण उगीच बोललो. परक्या माणसापाशी असे मनातले बोलणे बरे नाही. एक करता एक अर्थ निघायचा. गावात बभ्रा व्हायचा. गेला शब्द सावरण्यासाठी मग ती घाईने म्हणाली, ''लईच येळ झाला. मानसं काळजी करीत असत्याल घरातली!''

''काळजी लागायचीच खरं, पण अर्जुन पाटील काय हरान काळजी करणारा माणूस न्हाई. दिवसभर रानातनं दमून आलं असतील, त्येनं डोळा बी लागला आसंल त्येंचा.''

''व्हय की – झोपंला लई अळकं हागेत बगा. आत्ता बोलतील अन् बोलता-बोलता घोरायला लागतील.''

''माणसाला काळजी नसली की झोप लगीच येती. त्येंना काळजी हाय का काय? शेतीमळा, गुरंढोरं, पैसाअडका... घेवानं सगळं दिलंय त्येंना –''

''व्हय बया, तेवढ्यानं काय दुख न्हाई बगा –''

''आन् मंग?''

''न्हाई म्हनायला, एकाच गोष्टीनं कष्टी हायेत.''

''लेकरू म्हणता काय? तुमाला वाटतंय, पन ती गोष्ट बायामानसाइतकी गडीमानसाच्या मनाला लागत न्हाई. आन् अजून काय वय गेलंय काय? हुईल

सगळं नीट. अवं, घेव मागं हुभा असल्यावर काय कमी पडत न्हाई. माणसाची न्हात तेवढी चांगली पायजे. आन् त्यात पाटलास्नी नाव ठेवायला जागा न्हाई. माणूस गावात उजवा.''

बोलता-बोलता उजवीकडचा सुखा डावीकडे आला होता. दोघांच्या मधली सायकल बाजूला झाली होती. डौलाने चालणाऱ्या वंचाचे अंग चुकून सुखाच्या अंगाला लागत होते आणि त्यासरशी सावरून ती लांबून चालत होती, दोन पावले मागे राहत होती. पण ही गाडीवाट अरुंद होती. अंधारात अंतर नीट राखता येत नव्हते आणि चुकून-माकून एकमेकांचा धक्का एकमेकाला लागत होता. पण चुकून कुणाला कुणाचा धक्का बाजारात लागत नाही का? एकमेकाला धक्का मारणे निराळे आणि चुकून कापडाकापडाचा स्पर्श होणे निराळे!

''आता तुमी म्हणताय खरं – बोलण्यानं बोलणं निगालं म्हणून सांगते, न्हाई तर घरातल्या गोष्टी भायेर कोण कुणाला सांगायला जातंय?''

''व्हय की.''

''माजी काय वं चूक हाय त्यात? लेकरंबाळं ही देवाची देणगी. माणसाच्या हातातल्या गोष्टी हायेत का त्या? पर होस्नी त्ये पटत न्हाई. माजाच राग-राग करत्यात. सासू तशीच, सासरा तसाच आन् दाल्लाबी तसाच. मी म्हनते, करा लगीन दुसरं, तर सरकारची परवानगी न्हाई म्हनं –''

रात्रीच्या वेळी हे बोलणे उंच वाटत होते. त्याची एकाएकी जाणीव होऊन वंचा हे हळू आवाजात बोलली. ते नीट ऐकू यावे म्हणून सुखा आणखी जवळ आला.

''पर मी म्हणतो, बारा-बारा वर्षांनी एकाएकाला पोरं हुत्यातच की!''

''त्येला दम लागतो. हितं इष्टेट वाया चाललीया नव्हं!''

''काय तरीच अर्जुन पाटलाचं.''

''सारखं घरात हिडिसफिडीस केल्यावर माणूस कुटपतूर सोसंल वं? मंग मीबी बोलते यकांद्या वक्ती कावानं! का झालं, उठलं मारायला. कासरा म्हणायचा न्हाई, चाबूक म्हणायचा न्हाई – गुरावानी अंगावर धावायचं.''

''आन् बाजीबाबाला खपतं हे? गळ्यात माळ कशाला मंग पंढरीची?''

''दावायला जगाला. लई की हाय म्हातारा. बोलनं हळू बेताचं. पर घरात बगा, पोरापरीस बाप!''

''असं का?''

''व्हय की. लई हाय म्हातारा!''

मग घरादारातल्या पुष्कळ गोष्टी निघाल्या. वंचा मनमोकळेपणाने बोल-बोल बोलली. तिने सगळे काही सांगून टाकले. कधी तिचा स्वर कापरा झाला, तर कधी उत्तेजित झाला. वळणे घेऊन बोलणे होत राहिले आणि चंद्र आभाळात दिसू

लागला. मंद चांदणे पडले. सावल्या हलू लागल्या. किंचित गारठा सुटला.

पदराने अंग लपेटून घेऊन वंचा सुखाबरोबर चालत होती. अंगाला अंग लागेल याची भीती तिला आता वाटत नव्हती. उंचापुरा आणि धट्टाकट्टा सुखा आपल्या बरोबरीने चालतो आहे, आपल्या सोबतीने तो थोडासा खुलला आहे याचे तिला सुखच झाले. पण हे सुख उघड नव्हते. तिचे तिलाही ते नीट जाणवत नव्हते. थोडेफार जाणवल्यामुळे तिला एकीकडून बरे वाटत होते आणि दुसरीकडून तिलाच वाटत होते – हे बरे नाही, ही वागण्याची पद्धत नाही.

सुखदेव थोडासा धीट झाला होता आणि त्याची त्यालाच मोठी गंमत वाटत होती. एखाद्या मांजराने मजेत ऊन खावं तसे हे चांदणं तो खात होता. गावातल्या भल्या-भल्या माणसांशीसुद्धा मनमोकळेपणाने दोन शब्द न बोलणारी ही देखणी बाई आपल्याला मनातले सगळे सांगते आहे, या गोष्टीने त्याला स्वत:चाच थोडा अभिमान वाटू लागला होता. तरी पण अद्याप त्याची भीती मोडली नव्हती. आपला तोल थोडासुद्धा जाऊ नये याची खबरदारी तो घेत होता. पण दारू प्यायल्यावर झिंगणेच तेवढे कसे टाळता येईल? तो शक्य तितक्या गंभीरपणे म्हणाला, ‘‘फार वेळ झाला. गाडी येतीया आता तुमची!’’

यावर जवळून चालणाऱ्या वंचाने मान वळवून उगीचच त्याच्याकडे पाहिले. ती लवकर बोलली नाही आणि बोलली तेव्हा चांदण्यासारखेच तिचे बोलणे मवागी आले, ‘‘इतकं ऐकलंसा मघापासनं, आन् वर असं बोलता?’’

ते बघणं आणि या बोलण्यातला हा स्वर सुखाला वेगळा वाटला. आतल्या आत तो घाबरा झाला.

‘‘न्हाई, चांद उगवला म्हनतो –’’’

‘‘उगवू द्या. आपण वाटलं नसतो तरी त्यो उगवलाच असता की. चालन्या-चालन्यानं माजं पाय दुकून आलं बया!’’

‘‘मग थांबता का थोडकं?’’

‘‘हां, उशीर झाला म्हणून दटावताय आन् थांबायला बी तुमीच सांगताय! काय म्हणावं या दुतोंडी बोलन्याला?’’

आजूबाजूला शेते होती. त्यातले उभे पीक चांदणे घेत उभे होते. वंचा एकदम म्हणाली, ‘‘पिकं कमरंपतूर आली की –’’

सुखा पिकांकडे बघत म्हणाला, ‘‘व्हय की.’’

वंचाचा ऊर उगीचच धडधडला. शरमेने ती ऊन-ऊन झाली. आपण जमिनीवरून चालतो आहोत, असे तिला वाटेना.

सुखा तिच्या अंगाला अंग लावून म्हणाला, ‘‘बोला ना का?’’

‘‘बोलनंच झालं की येदूळपतूर!’’

"पर वाट तरी वसरली पायजे –!"'

"झालं, आता गाव ईल. सोनाराचा मळा कवाच गेला मागं. बामनाचा वड आला न्हवं? या टेकावरनं बघितलं की गावातलं दिवं दिसत्याल."

"व्हय की."

मग एकाएकी वंचा वाटेवरच उभी राहिली आणि पलीकडे असलेल्या बांधाकडे जात म्हणाली, "या म्हनं, बसू या थोडकं."

सुखाने सायकल झाडाला टेकवून उभी केली. ती दोघेही बांधावरचे खडे सावरून एकमेकांशेजारी बसली. ओटी सोडून वंचाने कागदाचा पुडा बाहेर काढला आणि तो उलगडून सुखापुढे धरीत म्हटले, "मेवा खाता का?"

मधापासून येणारा खमंग वास सुखापुढे उघडा झाला. तो तर कधीचा भुकेला होता. चिरमुरे, शेव, गाठी यांचा तो पुडा समोर येताच त्याच्या तोंडाला पाणी सुटले. मूठ भरून घेत त्याने विचारले, "आन् तुम्ही वं?"

"मी घेत्ये मागनं. पयलं तुमी तर खा!"

सुखाच्या तोंडात कुरमुरं वाजू लागले. त्याच्या तोंडाकडे बघत वंचा बसून राहिली. तिने दोन्ही पाय पोटाशी घेतले होते. हाताचा मुटका गालावर टेकून ती मोठ्या-मोठ्या डोळ्यांनी सुखाकडे पाहत होती. सुखा भुकेला होता.

चंद्र पाझरत होता. चांदणे झिरमिरत होते. झाडेझुडे भिजत होती. बाजाराची वाट आता जवळजवळ संपली होती आणि उदनवाडी आली होती.

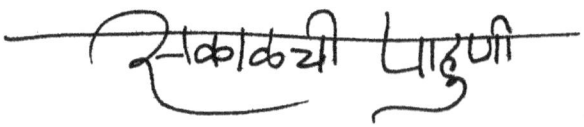

उशाशी असलेल्या खिडकीतून पहाटेचा गार वारा आत आला आणि मी जागा झालो. टक्क डोळे उघडून पाहिले. सूर्योदयापूर्वीचा फिक्कट हिरवा प्रकाश मच्छरदाणीत आला होता आणि मी कॉटवर एकटाच होतो. माझ्यापलीकडे असलेली निळ्या झालरीची उशी दबली नव्हती, गादीवरचा परीटघडीचा पलंगपोस चुरगळला नव्हता, पायाशी असलेली शालीची घडी उलगडलेली नव्हती; म्हणजे मी एकटाच होतो!

एकाएकी मला आठवले, 'कालच विमल माहेरी गेली; कालच बेबी आजोळी गेली.'

एकदम मोकळे वाटले. वास्तविक, एकाकी वाटायला हवे होते; परंतु एकदम मोकळे वाटले. तंगड्या आणि हात हवेत फेकून मी उठून बसलो. आळोखे-पिळोखे दिले. कुणाला तरी मोठ्याने हाक मारावी, अशी जांभई ठेवून दिली. एकास एक जोडून ठेवलेल्या या कॉटवर मी अगदी एकटा होतो. हे एकटेपण मी शरीराने भोगले; मनानेही भोगले. म्हणजे मी मधोमध असा बळीरामासारखा उताणा झोपलो. हात लांबविले, तंगड्या फाकल्या. शिंप्याच्या उघड्या कात्रीसारखा मी अगदी आरामात पडून राहिलो.

असे पडून राहणे किती सुखाचे होते! होते खरे; पण माझ्या शरीरात आणि मनात भरलेला उत्साह आणखी काही करावयास मागत होता. असे आळशासारखे पडून राहणे त्याला मंजूर नव्हते. या सुप्रभाती काही तरी करणे अगदी आवश्यक होते.

अंगावरचे पांघरूण मी दोन्ही तंगड्यांनी पायाशी उडवून दिले. चटक बाहुलीसारखा उठून बसलो. छाती भरून श्वास घेतला. पहाटेची ताजी हवा परसदारी फुललेल्या प्राजक्ताने सुगंधित झाली होती. अधाशासारखे त्या गार, ताज्या हवेचे घुटके मी घेतले. मन कसे फुलासारखे उमलून आले. उठून मी मच्छरदाणीबाहेर आलो. खोली रिकामी होती, घर रिकामे होते. माझ्या चार खोल्यांत आज मी थिबा राजा होतो. कपाटाच्या मोठ्या आरशासमोर उभा राहून मी झकास आळस दिला. आज आपली आळस देण्याची पद्धतही कशी एखाद्या नर्तकासारखी आहे, हे माझ्या ध्यानात आले. केस विस्कटले होते, ते बेफिकिरीने मी अधिक विस्कटले. त्यामुळे मी अधिक देखणा दिसू लागलो. माझे लहान पण पाणीदार डोळे, माझे आरोग्याने तांबडेलाल दिसणारे गुबगुबीत गाल, माझे पातळ ओठ... हे सारेच मला सुंदर वाटू लागले. मी एवढा देखणा पुरुष आहे, हे मला यापूर्वी कधी जाणवलेच नव्हते. एकदम मी माझ्या प्रेमात पडलो आणि माझ्या प्रतिबिंबाचे हवेतच मी पटकन चुंबन घेतले.

अंगातला चट्टेरी-पट्टेरी पोशाख फडकावीत मी झोपायच्या खोलीतून स्वयंपाकघरात आलो. बटण दाबून दिवा लावला. सगळे स्वयंपाकगृहसुद्धा आज मजेत दिसत होते. शेल्फवरचे पितळी गोल-गरगरीत डबे, बागेतल्या बाकड्यावर पेन्शनर हवा खात बसावेत तसे खुशीत बसले होते. तारेच्या शिंक्यातले तांबडेभडक टमाटेसुद्धा बेटे खुशीत होते. एखादे व्रात्य पोर पाळण्यात उभे राहून हसावे तसा तो दुधीभोपळा हसत होता. ताटाळ्यातल्या रुंद ताटाचा चेहरा लखलखत होता. स्वयंपाकगृहाच्या कट्ट्यावर पिवळाधमक स्टोव्ह तरतरीतपणे तीन पायांवर उभा होता. जंगल जिमवर पोरे लोंबकळावीत तसे चमचे, डाव, पळ्या लोंबकळत होत्या. गोऱ्या कपबशा, रुपेरी भांडी, ठेंगणा बंब, पारदर्शक बरण्या – सगळीच मंडळी आज मजेत होती.

मागचे दार मी सताड उघडले. परसात सकाळचा हिरवा प्रकाश पडला होता. बुटका प्राजक्त फुलांनी गजबजला होता. ओलीने उभ्या असलेल्या कर्दळीवर पिवळी-तांबडी फुले हसत होती. समोर आडवा रेल्वेरूळ होता. त्याच्या पलीकडे असलेल्या मक्याच्या शेतावर पातळ धुके तरंगत होते. कोकिळा गात होत्या. वाकडेवाडीतले कोंबडे आव्हानाचे, आव्हान स्वीकारल्याचे आवाज टाकीत होते. पलीकडे वडावर पाखरे जागी होत होती आणि समोर क्षितिज उजळत होते.

बाथरूमचे दार उघडून मी जांभळ्या पारदर्शक दांडीचा ब्रश घेतला. लठ्ठ ट्यूब दाबली. त्या हिरव्या पेस्टचा सुगंधसुद्धा मला नव्याने जाणवला. चावी फिरवून मी

फर्कन नळ सोडला. विलक्षण जोमाने आलेली धार फरशीवर पडली व ते गार तुषार माझ्या अंगावर आले. धारेचा जोश माझ्याही अंगात शिरला. बाथरूमच्या बाहेर येऊन मी परसात उभा राहिलो आणि रुळाकडे पाहू लागलो.

शिवाजीनगरकडून झुकझुक करित लोकल आली. इंजिनमधल्या माणसाने मान बाहेर काढून माझ्याकडे पाहिले; टोपीला हात लावून तो हसला. इंजिनने गमतीला येऊन सुरेख आरोळी मारली. इतक्यात झक्याऽऽ झक्ऽ करित डब्यामागून डबे सरकू लागले. देहूरोडला कामाला जाणारे लोक दारात उभे होते. निळी पँट आणि पांढरा शर्ट घातलेला एक पोरगा उभा राहून मोकळ्या आवाजात गात होता. हात हलवून मी त्याला टाटा केले. तेव्हा हात बाहेर काढून तो मोठ्याने ओरडला, ''टाटा मेरे भाई, फिर मिलेंगे –''

हवेतून तरंगत जावे आणि लोकलचा दांडा पकडावा, असे मला वाटले. बघता-बघता गाडी संपली.

तोंडावर गार पाण्याचे हबके मारून मी परत स्वयंपाकगृहात आलो. काकड्याला स्पिरिटची व्हिस्की पाजली. त्यासरशी तो पेटला. मग मी त्याला स्टोव्हशी जोडून दिला. पंप माराच स्टोव्ह गाणे गाऊ लागला. चहाचे मठ्ठ भांडे मी कान धरून शेल्फवरून उचलले. दोन कप पाणी टाकून चहाचे आधण ठेवले.

एवढ्यात ट्रिंगऽ ट्रिंगऽ घंटा वाजवीत दूधवाला आला. सायकलवरून उतरून त्याने आरोळी ठोकली, ''बाईसाहेब, दूधऽऽ''

भांडे त्याच्यापुढे ठेवीत मी जोराने म्हटले, ''बाई गेल्या माहेराला.''

गळ्यात काळा गंडा आणि अंगात मलमलीचा सदरा घातलेला तो कोथरूडचा पाहुणा समजायचे ते समजला. दुधाची पांढरीफेक धार पातेल्यात ओतून झाल्यावर तो झकास हसला आणि चपलांचे नाल वाजवीत परत फिरला. सायकल दामटीत निघून गेला.

मग मी जेवणाच्या टेबलावर कपबशी मांडली. एका बशीत दोन बिस्किटे ठेवली आणि केटली समोर ठेवून बसलो. निरशा दुधाचा तो चहा कपात ओतला. ग्रीन लेबल पत्तीचा उष्ण सुगंध घेत बसून राहिलो. आनंद!

मधेच उठून बाहेर बैठकीच्या खोलीत आलो. पूर्वेकडची खिडकी उघडली. उगवत्या सूर्याचा पिवळा स्वच्छ उजेड आत आला. मुख्य दारही मी उघडले. स्वयंपाकघराच्या दाराचा निळा पडदा सारला आणि पुन्हा आत येऊन टेबलाशी बसलो. चहाचा गरम कप बोटांनी कुरवाळला आणि एकाएकी दाराकडून मंजुळ आवाज आला, ''काय आम्हाला मिळेल का चहा?''

चकित होऊन मी दाराकडे पाहिले. सडसडीत बांध्याची कुणी तरुण मुलगी चौकटीला हात देऊन उभी होती. मागून येणाऱ्या पिवळ्या प्रकाशाने तिचे गोरे शरीर

उजळले होते. गालातल्या गालात ती हसत होती आणि तिचे काळेभोर मोठे डोळेही हसत होते. एवढेच काय, पण हिरव्या गोंदणाचा ठिपका असलेली तिची हनुवटीदेखील हसत होती. त्या अनोळखी मुलीकडे मी गोंधळल्या मनाने, चकित मुद्रेने पाहत राहिलो. 'हो-हो, ये ना!' एवढे म्हणणेही मला सुधारले नाही. एखाद्या चित्रासारखी पडदा सारून ती चौकटीत उभी होती आणि वेड्यासारखा मी बघत राहिलो होतो.

हे चित्र नव्हते; चांगली भरिव आकृती होती. तिच्या वक्षाची उभारी मला दिसत होती. तिच्या हातांची गोलाई, मांड्यांची पुष्टता मला जाणवत होती. स्वच्छ व झिरझिरीत अशा तिच्या पांढऱ्या पातळातून तिच्या अंगाचे गोरेपण मला कळत होते. चोळीखाली उघड्या असलेल्या तिच्या पोटाचे नितळपण मला समजत होते. पातळाचे भरिव केळ मी पाहू शकत होतो. हे चित्र नव्हते; ही भरिव संगमरवराची मूर्ती होती. मूर्ती तरी कसे म्हणावे? आरोग्यपूर्ण शरीराला येतो तसा रक्तामांसाचा उष्ण गंध मला येत होता.

एवढ्यात परसदारी पावले वाजली. कांकणाचा आवाज आला. मी वळून पाहिले, बाथरूमच्या दाराशी मोलकरीण उभी होती. तिने खालच्या आवाजात विचारले, ''बंबात इस्तू टाकायचा का साहेब?''

भानावर येऊन मी म्हटले, ''हो-हो, टाका ना.''

आणि पुन्हा मान वळवून पाहिले, तर ती अकल्पित पाहुणी नाहीशी झालेली! पडद्याचा घोळ मोकळा सुटला होता, समोरचे पुस्तकाचे कपाट दिसत होते; पाहुणी मात्र नाहीशी झाली होती. वेड्यासारखा मी जागचा उठून बाहेर आलो. अंगणात आलो. गेटपाशी येऊन रस्ता पाहिला. पाहुणीचा मागमूस नव्हता. मी रस्त्यावर पुन:पुन्हा पाहत होतो. खडकीकडे कामाला जाणाऱ्या कामगारांच्या सायकलींचा लोंढा वाहत होता आणि ती मात्र दिसत नव्हती. क्षणात नाहीशा होणाऱ्या दिव्य भासाप्रमाणे ती लावण्यवती नाहीशी झाली होती. सुगंध उडून जावा तशी उडून गेली होती. अरे, मला हा भास झाला का? भासच! दुसरे काय?

छे! भास नव्हे, हे सत्यच होते. भासाला रंगरूप असेल; पण गंध कसा असेल? आणि ते बोलणे, तो मंजुळ स्वर हा तर निश्चितच भास नव्हता; ते सत्यच होते. ही तरुणी अगदी शंभर टक्के खरी होती; नव्हे, नेहमीच्या खरेपणापुढे जाऊनही ती जास्ती खरी-खरी होती! हे खरेपण एकशेपाच टक्के खरे होते.

माझी छाती अद्यापही धडधडत होती. मी माघारी आलो आणि टेबलाशी बसून तो गार चहा प्यायलो. केटलीतला चहा तसाच ठेवला. तो पिऊन न टाकता मी वाट पाहत बसून राहिलो.

कदाचित ती पाहुणी पुन्हा येईल आणि तेव्हा माझी केटली रिकामी असेल म्हणून मी दुसरा कप भरला नाही. चहा तसाच ठेवला. उठून दुसरीकडे कपबशी

मांडली. टेबलापाशी सारलेली खुर्ची ओढून नीट ठेवली आणि पुन्हा वाट बघत मी आपला बसून राहिलो. माझ्या हृदयाची धडधड थांबली नाही. माझा श्वास जोराने होत होता. तिरप्या डोळ्यांनी मी वरचेवर दाराकडे पाहत होतो. समोरच्या रिकाम्या कपबशीकडे, ओढलेल्या खुर्चीकडे पाहत होतो आणि बाई काही येत नव्हत्या.

पुन्हा दाराशी येऊन मोलकरीण बोलली, ''साहेब, झाडून घेऊ का?''

''पार्वती, मघाच्या बाई गेल्या?''

''कोण बाई, साहेब?''

''तू पाहिल्या नाहीस? मघा तर इथं दारात उभ्या होत्या!''

''मी न्हाई पाहिल्या.''

आणि जागचा उठून पुढच्या खोलीत गेलो. क्षणभर वाटले, पुन्हा रस्ता पाहावा. पण इतकी अधीरता बरी दिसते का? कोठे तरी पाहत मी आरामखुर्चीवर बसून राहिलो.

मोलकरणीने स्वयंपाकघर झाडले. झोपायची खोली झाडली. मच्छरदाणी आवरून पांघरुणाच्या घड्या घातल्या. एक-दोन वेळा ती झोपायच्या खोलीतून स्वयंपाकगृहात व स्वयंपाकगृहातून झोपायच्या खोलीत आली-गेली. उष्टा कप वाजला. तिने रिकामी कपबशी पाहिली असावी. केटलीतला चहा पाहिला असावा.

''च्या राहिलाय ना साहेब – कुणी यायचंय का?''

रेललेला उठून बसत मी म्हटले, ''आं? गार झाला का? चालत असेल तर तू पिऊन टाक.''

यावर ती हसल्याचे पाहिले. बाई गेल्याचे साहेबांच्या ध्यानातच नाही, त्यांच्यासाठी आपला चहा ठेवून दिला केटलीत, असे वाटून तिला हसू आले असावे. आलेले हसू दाबून तिने कपबशा विसळल्या. हे काम संपल्यावर ती हातात झाडू घेऊन खालच्या मानेने उभी राहिली. पुढची खोली झाडायची, फर्निचर पुसायचे, रेडिओ पुसायचा, फुलदाणीत फुले घालायची – आणि साहेब तर उठत नाहीत, असे वाटून ती संकोचल्या मनाने आपली दारातच उभी राहिली. विचारायचे तरी किती वेळा?

तिची ही अडचण ध्यानी यायला मला उगीचच उशीर झाला आणि मग एकाएकी उठत मी घाईने म्हटले, ''उभी का, घे झाडून.''

पुन्हा मी झोपायच्या खोलीत आलो आणि कॉटवर बसून राहिलो. मला त्या मुलीचा चेहरा कुठे तरी बघितल्यासारखा वाटू लागला. ते काळेभोर मोठे डोळे आणि हिरव्या गोंदणाची टिकली असलेली हनुवटी, हे काही आपल्याला अपरिचित नाही. ती सडसडीत अंगकाठी, तो उभट व प्रसन्न चेहरा हे सगळे आपल्या ओळखीचे आहे. कुठे बरे तिला पाहिले होते? कधी बरे तिची-माझी दृष्टभेट झाली होती? कसे आठवावे?

माझे मन ती देखणी मुलगी शोधत कुठे-कुठे भटकू लागले. इथे-तिथे त्याने शोध केला. पुष्कळ वेळा त्याची फसवणूक झाली. ती म्हणून त्याने भलतीचीच पाठ घेतली. मुंबईला रेडिओत आणि ग्रामोफोन कंपनीत ते फिरून आले. कोल्हापूरचा महाद्वार रस्ता व चित्रकलेचे वर्ग त्याने न्याहाळले. पुण्यातली चित्रपटगृहे आणि स्टुडिओ त्याने धुंडाळले. परंतु ती भेटली नाही, तो चेहरा कुठेच दिसला नाही.

भूतकाळात शिरून मी वणवण हिंडत राहिलो. कुठे काही मागमूस लागला नाही. पुन्हा ती हनुवटी, ते डोळे दिसले नाहीत. माझे मन थकून गेले, निराश झाले. पाण्याच्या शोधासाठी वाळवंटात भटकणारा अरब थकून बसावा, तसा मी सावलीशिवाय बसलो.

किती तरी वेळ मन रिकामे राहिले!

नवे ऊन पडले व पश्चिमेकडून वाऱ्याची एक झुळुक प्राजक्ताचा वास घेऊन आली. पीस उचलले जावे तसा मी उचलला गेलो. त्या गंधवती झुळकीवर तरंगत जाऊ लागलो.

पाऊस पडून गेला होता. आकाशात अद्याप निळे ढग होते. मावळता सूर्य दिसत नव्हता. पिवळ्या रंगाची एक वेगळीच झळाळी असलेला सौम्य प्रकाश सर्वत्र पडला होता. त्या प्रकाशाने ओल्या गवताला, झाडाझुडपांना, दगडांना एक वेगळीच चमक दिली होती. मातीचा गंध हवेत भरून राहिला होता. प्राजक्ताच्या झाडाखाली मी उभा होतो. माझ्यासमोर, प्राजक्ताच्या बुंध्याला टेकून एक तरुणी उभी होती. तिने मान खाली घातली होती. दोन्ही हात पाठीमागे घेतले होते आणि पाय एकावर एक टाकले होते. कुसुंबी रंगाचे पातळ ती नेसली होती आणि धारवाडी खणाची आखूड चोळी तिच्या अंगात होती.

प्राजक्ताची फांदी एका हाताने पकडून आणि दुसरा हात कमरेवर ठेवून मी तिच्यासमोर उभा होतो. तिच्याकडे पाहत होतो.

आमच्या डाव्या बाजूला अंबाबाईचे जुने देऊळ होते. आमच्या पाठीमागे गावओढा होता. आजूबाजूला करंज-चिंचेची गर्द झाडी होती. सगळेच कसे सुंदर व साधे होते. मग तिने मान वर करून मोठ्या डोळ्यांनी माझ्याकडे पाहिले. ते डोळे ओलसर होते. तिच्या तांबूस नाकपुड्या थरथरल्या. व्यथेने ओथंबलेल्या आवाजात ती म्हणाली, ''आता यावर आपली लवकर गाठभेट होईलसे वाटत नाही.''

आणि तिच्या लांब पापण्या मिटल्या, पुन्हा उघडल्या. मला काही प्रसंगाचे गांभीर्य जाणवले नव्हते. ती नेहमी भेटल्यावर होई तसेच मला झाले होते. म्हणजे मी आनंदून गेलो होतो, स्वतःवर खूश झालो होतो. हा ओढ्याचा काठ, हे शांत देवळाचे आवार आणि ही गुणा – हे सगळेच किती दुर्मीळ होते आणि ते मला मिळाले होते. माझ्यापेक्षा मोठी असलेली ही गुणा माझ्यावर प्रेम करीत होती. गेली

दोन वर्षं आमचे हे चोरटे प्रेम चालू होते आणि आता गुणाचे लग्न ठरले होते. परवाच लग्न होणार होते. एका पोलीस इन्स्पेक्टरची बायको होऊन गुणा नाशिकला जाणार होती. हे सगळे सांगून माझा निरोप घेण्यासाठी आज अशा सुंदर संध्याकाळी, या सुंदर जागी ती आली होती. हे सगळेच सुंदर नव्हते काय? माझे दु:खही सुंदर नव्हते काय?

मी म्हणालो, ''का होणार नाही? वर्षातून एकदा तरी तू माहेरी येशीलच की!''

गुणाने मान हलविली. ओठावरून जीभ फिरवून म्हटले, ''पण ते वेगळे.''

''का? भेट होईलच की. आता येतेस तशीच तू मैत्रिणीबरोबर ओढ्याच्या वाळवंटात फिरायला येशील. सोलापूर रस्त्याने फिरायला येशील. आपली गाठही पडेलच.''

माझ्यापेक्षा वयाने मोठी असलेली गुणा म्हणाली, ''तुला ते समजायचं नाही.''

मग मी एकदम विचारले, ''गुणा, तुझा नवरा कसा आहे गं?''

''ते तुला काय करायचं आहे?''

''वा-वा! तुला उगीच कुणीही माणूस नवरा म्हणून शोभणार नाही.'' माझ्या या वाक्याने गुणाचा चेहरा थोडा फुलला.

''मग कोण शोभेल?''

''तो चांगला, सुरेख पाहिजे.''

गुणाने पायाचा अंगठा खालच्या फरशीवर ओढीत म्हटले, ''कधी तरी तुझी गाठ पडेलच की, तेव्हा पाहशील.''

आणि मग किती तरी वेळ ती माझ्याकडे टक लावून पाहत राहिली. शेवटी तिने विचारले, ''समजा, तू दुसऱ्या गावी गेलास, खूप वर्षं झाली; तरीही तुला माझी आठवण येईल?''

मी म्हणालो, ''मी तरी तुला विसरणे शक्य नाही; विसरलीस तर तूच विसरशील. म्हणतात की, मुली पुढे मुळीच ओळख देत नाहीत.''

''ओळख देत नाहीत; पण तीं असते.''

''नाही, आपल्या संसारात त्या सगळे काही विसरूनच जातात.''

गुणाने मान वर करून प्राजक्ताकडे पाहिले. त्या खरबरीत पानांवरून अद्याप जलबिंदू चमकत होते. फुलांचे चेहरे अद्याप ओले होते. ती म्हणाली, ''इतके दिवस आपण एकमेकांच्या सहवासात काढले, इतके बोललो, इतके हसलो; हे सगळे मी कसे बरे विसरेन? कुणाला तरी हे विसरणे शक्य आहे का?''

आपले प्रेम हरवले जाणार, या व्यथेने वाऱ्याने डहाळी वाकावी तशी गुणा वाकली होती. तो पिवळा प्रकाश आता अधिक दाट झाला होता, जमिनीवर उतरला होता. आभाळ झाकोळलेले होते.

"गुणा, आज तू एकटी कशी आलीस? भीती नाही वाटली?"

"मी आज भ्यायचे नाही, असे ठरविले. भ्याले असते तर सगळेच हरवून बसले असते."

"तुझ्या केसांतली वेणी मला देतेस का?"

स्मित करून गुणा पुढे सरकली. जाईची शुभ्र वेणी काढून तिने माझ्या ओंजळीत ठेवली. ती ठेवून तिने माझी ओंजळ त्या वेणीसह आपल्या ओंजळीने दाबली व सोडून दिली. पदर सारखा करीत ती उभी राहिली.

माझे सारे अंग शहारले. काळीज उडू लागले. कानशिले तापली. जाईच्या वेणीचा वास घेत मी स्वतःला सावरून उभा राहिलो. मग गुणा एकाएकी म्हणाली, "मला तुला एक विचारायचे होते –"

मी विचारले, "काय?"

माझा आवाज वेगळा झाला होता. गुणा काही वेळ गप्प राहिली. मग दोन्ही हातांनी केस सावरीत म्हणाली, "काही नाही!"

"आत्ताच तर म्हणालीस, विचारायचे होते."

"हो, पण त्याचा आता काही उपयोग नाही रे!"

मग मी काय ते पुनःपुन्हा विचारले आणि गुणा काही नाही म्हणत राहिली. एवढे झाल्यावर कुठूनशी विलक्षण धिटाई माझ्या अंगी आली. पुढे होऊन मी गुणाच्या गालाचे चुंबन घेतले आणि ती काय म्हणते, काय करते, हे न बघता पाठ फिरवून धावलो. दगडी पायऱ्या उतरून ओढ्यात आलो. वाळवंट तुडवून, धार पार करून दुसऱ्या काठाला आलो. भराभर घराकडे निघालो....

घरापाठीमागे असलेल्या रुळावरून धाड्‌स धाड्‌स करीत गाडी गेली. माझा ऊर धपापत होता. मी मच्छरदाणीत होतो. माझ्या पुण्यातील घरात होतो. पण तो पिवळा प्रकाशही दिसत होता, मातीचा गंधही येत होता.

स्मृतीचे धुके सावकाशपणे नाहीसे होत होते. मी पुन्हा माझ्या घरात येत होतो. अरे, मघा चहा पीत असताना आली ती पाहुणी गुणा तर नव्हे? होय-होय, ती गुणाच. निश्चित. तोच चेहरा, तेच डोळे. मघा किती शोधले, किती भटकलो, तेव्हा दिसली नाही; पण ती हीच. फक्त आता थोडी प्रौढ दिसत होती. लग्नानंतर साधारणतः सर्वच स्त्रिया ज्या प्रकारे सुस्तावतात, मंदावतात; तशी ती सुस्तावली होती, थोडीफार मंदावली होती, हे तिचे शरीर सांगत होते. डोळे सांगत होते. पण आज ती अशी का बरे दारात येऊन उभी राहिली? आणि पुन्हा नाहीशी झाली? माझ्या उंबऱ्यात येऊन ती तिथूनच परत गेली. ती आत अशी आलीच नाही. मी खुर्ची ओढून ठेवली होती, कपबशी मांडली होती, केटलीत चहा ठेवला होता. फक्त लगेच मी जे तिचे स्वागत करायचे, ते मात्र राहून गेले. कारण मी चकित

झालो, गोंधळलो. त्यातून सावरून निघण्यापुरता वेळ – एक-दोन मिनिटे तिने जर मला दिली असती; तर मी नक्कीच तिचे स्वागत केले असते. माझ्या घरी आलेला कुणीही साधा माणूस आल्यापावली जात नाही आणि ही तर गुणा – जिने एके काळी माझे अवघे जीवन व्यापून टाकले होते! मग तिच्याशी शब्दही न बोलता मी राहीन का? छे, छे – हे काही बरे झाले नाही.

कॉटवर पडलेला मी उठून बसलो व समोर पाहिले आणि मला पुन्हा एक धक्का बसला. पुन्हा एकदा मी चकित झालो. पुन्हा काही क्षण माझ्या तोंडातून शब्द फुटला नाही. मी आपला बघत राहिलो होतो आणि समोर असलेल्या माझ्या लिहायच्या टेबलाशी बसून गुणा स्मित करीत होती. टेबलावर असलेल्या निळ्या कपड्यावर तिचे कोपर टेकले होते. समोरासमोर येऊन एकमेकांच्या चोचीला चोच लावणाऱ्या हंसाच्या मानांप्रमाणे तिचे दोन्ही हात दिसत होते. बोटांच्या गुंफणीवर हनुवटी ठेवून गुणा निश्चल बसली होती. तिच्या बाजूला लखलखीत फुलदाणीमध्ये तांबड्या गुलाबाची सपर्ण फुले होती, बाजूला पुस्तके होती. उभ्या ठेवलेल्या त्या जांभळ्या पुस्तकांना दोन शिसवी हत्ती दोन बाजूंनी रेटत होते. ते काळेभोर शिसवी हत्ती, ती गडद जांभळ्या, गडद तांबड्या रंगाची पुस्तके, मिन्याचे काम केलेली ती चकचकीत फुलदाणी, तिच्यातील टपोरी तांबडी-पिवळी फुले, हिरवीकंच पाने आणि निश्चल बसलेली, पांढऱ्या पातळातली ही गुणा! बाजूच्या खिडकीतून प्रकाशाचा झोत या चित्रावर पडला होता; मागच्या हिरव्या भिंतीपासून हे चित्र कसे सुरेख 'सुटले' होते.

"गुणा, तू कशी आलीस?"

गुणाने हनुवटी उचलली. टेबलावरचे कापड सारखे करीत ती म्हणाली, "आले तशीच!"

"अगं, मी चहा ठेवला आणि तू नाहीशी झालीस."

"कधी? कुठे? मी तर इथेच बसले होते!"

"इथे – या टेबलाशी?"

"हो."

मान वळवून गुणा हसली. चांदणे पडल्यासारखे वाटले. काय करावे, हे न कळून मी आढ्याकडे बघू लागलो. गुणा आजूबाजूला बघत म्हणाली, "छान आहे हं तुझं घर. मला अगदी आवडलं."

मी तिच्या चेहऱ्यावरची दृष्टी काढली नाही. क्वचित मी इकडे-तिकडे पाहिले तर ती पुन्हा नाहीशी होईल, अशी धास्ती मला वाटत होती. नाशिकला राहणारी ही गुणा अशी अचानक इथे कशी आली? तिला माझा पत्ता कसा लागला? घर कसे सापडले? हिच्या सोबत कुणी कसे नाही? हिचे प्रवासी सामान कसे कुठे दिसत नाही? माझ्या मनात भराभर प्रश्न येत होते, परंतु ते विचारण्याचे धाडस मला होत नव्हते.

गुणा पुन्हा म्हणाली, ''तुझी बायको मला एकवार पाहायची होती रे!''

मी म्हणालो, ''ती माहेरी गेली आहे.''

''आणि तुला एक सुरेख मुलगी आहे ना? खरे तर तिच्यासाठी मी काही खाऊ घेऊन यायला हवे होते.''

''पण तीही आईबरोबर गेली आहे.''

यानंतर एकमेकांकडे बघत आम्ही दोघेही काही वेळ गप्प राहिलो.

''तुला अगदी आश्चर्य वाटले ना? वाटणारच. किती तरी वर्षांनी आपण भेटतोय – जवळजवळ पंधरा वर्ष झाली; नाही?''

''होय ना.''

''मलाही तू एकदम केवढा तरी मोठा वाटलास. पण तुझ्याप्रमाणे मला काही ओळख पटायला जड गेले नाही.''

मी ओशाळून म्हटले, ''असे झाले खरे. क्षणभर मी तुला ओळखले नाही.''

मग मी सारा धीर गोळा केला. छातीवर हात ठेवला आणि ओठांवरून जीभ फिरवून विचारले, ''तुला आठवते का? तुझ्या लग्नाआधी प्राजक्ताच्या झाडाखाली आपण भेटलो होतो... संध्याकाळ होती....''

इथे मी थांबलो आणि तिच्या चेहऱ्यावर काय परिणाम होतात, ते पाहिले. ती फक्त माझे बोलणे लक्षपूर्वक ऐकत होती. माझ्या बोलण्यातली अधीरता थोडी कमी झाली, मृदुताही कमी झाली.

''त्या वेळी तू म्हणाली होतीस की, मला तुला एक विचारायचे आहे. ते तू तेव्हा विचारले नाहीस. त्या प्रश्नावर मी पुष्कळ विचार केला; परंतु उत्तर असे सापडले नाही. काय होता तो प्रश्न?''

गुणा हसली आणि म्हणाली, ''तेव्हाचा तो प्रश्न तेव्हा गेला; आता त्याचे काय?''

''माझ्याशी लग्न करशील का, असा प्रश्न होता का तो?''

गोरीमोरी होऊन गुणा घाईने उत्तरली, ''छे, छे – तसे नव्हते!''

''मग काय होते?''

''मला आता काही आठवत नाही.''

मला कळले की, हे म्हणणे काही खरे नाही. परंतु तिने असे का म्हणावे, याचे कारणही मला समजेना. आजतागायत हिने माझी आठवण ताजी ठेवली. आपल्या भरल्या संसारातून उठून लावणीतील एखाद्या धीट नायिकेसारखी ही दिवसा माझ्या घरी आली. मग हिला हे कसे आठवत नाही? बरे, ती मुद्दाम खोटे बोलते आहे, असेही तिच्या चेहऱ्यावरून वाटत नव्हते – मग?

काही वेळ नि:शब्द गेला. गुणाने फुलदाणीतले पिवळ्या गुलाबाचे एक टपोरे

फूल काढून घेतले. हुंगले. त्याच्या लांब देठाला धरून तिने ते गोल फिरविले आणि ती मला म्हणाली, ''हे फूल माझ्या वेणीत घालशील का?''

माझ्या होकाराची वाट न बघता ती समोर आली. तिच्या साडीची सळसळ मला ऐकू आली. तो विशिष्ट वास मला जाणवला. माझ्यापुढे उभे राहून तिने ते फूल माझ्या हाती दिले आणि ती पाठमोरी झाली. तिच्या पिंगट आणि रेशमासारख्या केसांचा गंध मला आला. आला नव्हे, त्याने माझी छाती भरून गेली. मानेवर रुळणाऱ्या तिच्या फुगीर अंबाड्यात मी पिवळा गुलाब खोचला. माझे अंग शहारून उठले!

माझ्या डोळ्यांत पाहत ती म्हणाली, ''मग मी आता जाते... मला गेले पाहिजे.''

आणि मान वाकडी करून तिने माझ्याकडे पाहिले. असे पाहिले की, मला वाटले, त्या टपोऱ्या डोळ्यांनी आपल्याला पिऊन टाकले! तिला जवळ घेण्यासाठी मी हात पुढे केले; परंतु ते तसेच राहिले. क्षणार्धात गुणा नाहीशी झाली. मी धावत बाहेर आलो. ती उंबऱ्यात उभी होती.

''गुणा, जाऊ नकोस.''

''नाही रे, मला गेले पाहिजे. स्टेशनपर्यंत मला पोहोचवतोस का?''

मी मान हलवली आणि ती चालू लागली. मी तिच्याबरोबर चालू लागलो. गुणा संथपणाने पावले टाकीत होती. माझे सर्वांग मला फार हलके वाटत होते. मी रस्त्याने चाललो होतो, परंतु पायाला जमीन अशी लागत नव्हती.

शिवाजीनगर स्टेशनच्या फाटकात शिरून रेल्वेरुळांच्या बाजूबाजूने चालत आम्ही स्टेशनवर आलो. प्लॅटफॉर्मवर आल्यावर मी विचारले, ''तिकीट काढायचे ना?''

तिने मानेने होकार दिला. मी म्हणालो, ''थांब, मी आलो.''

तिकीटघराशी जाऊन मी एक प्लॅटफॉर्मचे आणि एक नाशिकचे तिकीट काढले अन् गुणशेजारी येऊन उभा राहिलो.

ती काही बोलत नव्हती. चकाकणाऱ्या रुळांकडे बघत शांत उभी होती. कुणीसे माझ्याजवळ येऊन उभे राहिले आणि मोठ्याने म्हणाले, ''काय लेखक, मुंबई का?''

मी बावरून पाहिले. शेजारी अनंतराव पिशवी हलवीत उभे होते.

''नाही, नाशिक!''

''नाशिक?''

''मी नाही – यांना पोहोचवायला आलोय.''

आणि मी गुणाकडे पाहिले – ती नव्हती... गुणा तिथे नव्हतीच!

मी विलक्षण गोंधळलो. इकडे-तिकडे पाहिले.

"अनंतराव, माझ्या शेजारी उभ्या होत्या त्या बाई?"

"बाई? अहो, तुम्ही तर एकटे होतात. रेल्वेरुळाच्या कडेकडेने एकटेच आलात."

"नाही हो, गुणा माझ्याबरोबर होती."

अनंतरावही गोंधळले. माझ्याकडे मोठे डोळे करून म्हणाले, "होय?"

एवढ्यात धडधड करीत मेल आली. लोक धावले. धांदल, गडबड झाली. माझ्या खांद्याला हात लावून अनंतराव म्हणाले, "मग येणार नाही का?"

"नाही, नाही."

"बराय."

अनंतराव घाईने डब्यात शिरले. मी अद्याप आजूबाजूला बघत होतो.

गाडीची शिट्टी झाली. सावकाशपणे गाडी हलली. बघता-बघता माझ्या डोळ्यांसमोरून निघून गेली. प्लॅटफॉर्म मोकळा झाला. मी झाकली मूठ उघडून पाहिले – मुठीत गच्च दाबून ठेवलेली दोन तिकिटे घामाने ओली झाली होती. हे काय झाले? काय झाले?

झपाट्याने निघून मी घरी आलो. दार सताड उघडे होते. आत आलो व खोलीकडे बघितले. फुलदाणीत एक फूल नव्हते!

हतबुद्ध होऊन मी कॉटवर बसलो. माझा हात कशावर तरी पडला. उचलून बघितले, तर पाण्यातून काढल्यामुळे कोमेजलेले ते टपोरे गुलाबाचे फूल!

पुन्हा मोलकरणीचा आवाज आला, "सायेब, बंब विझून गेला, आंगुळी करायचे ना?"

"अं? हो-हो, करतो हां."

"मी दोनदा येऊन गेले. दार उघडेच टाकून तुम्ही बाहेर गेले व्हते का?"

"हो, गेलो होतो – गेलो होतो खरा!"

■

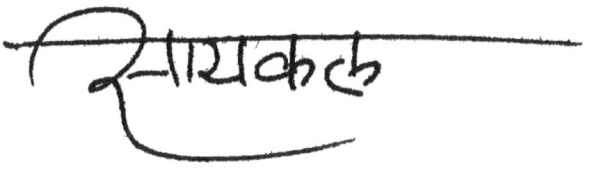

सायकल

महिन्याचा एकशे पन्नास रुपये पगार घेऊन काळे मास्तर शाळेच्या बाहेर पडले आणि वाकडेवाडीला जाणारी बस गाठण्यासाठी डेक्कन जिमखान्याकडे जाऊ लागले. तेव्हा त्यांना मन:पूर्वक वाटले की, रामसाठी एक सायकल घ्यायला पाहिजे. सायकल घ्यायची म्हणजे दोनशे रुपये तरी रोख मोजावे लागणार. जुनी घेतली तरी शे-सव्वाशे लागणार. एकदम एवढी रक्कम खर्चणे शिक्षकाचा पेशा करणाऱ्या, पाच माणसांचे कुटुंब चालविणाऱ्या माणसाला सहज शक्य नव्हते. पण एकुलत्या एक मुलाची एवढी हौसही पुरविणे बापाला शक्य होऊ नये? नुसती हौस नव्हे, गरज. हौसेसाठी खर्च करायला हिशेबी काळे मास्तर कधीच तयार झाले नसते; पण सायकल ही इंग्रजी सहाव्या इयत्तेत शिकणाऱ्या रामची एक गरज होती. मुंबई-पुणे रस्त्यावरून जिमखाना भावे स्कूलपर्यंत त्याला रोज यावे लागत होते. जवळजवळ तीन मैल चालत यायचे! हे खरे की, स्वत: काळे प्रथम-प्रथम चालतच येत होते. वय वाढले आणि रक्तदाबाचा विकार तोंड दाखवू लागला, तेव्हापासून केवळ नाइलाज म्हणून ते बससाठी पैसे खर्चीत होते. चालावे लागते म्हणून रामही कुरकुरत नव्हता. पण नेमक्या वेळेला घरून निघणे, ठरावीक वेळात अंतर तोडून

शाळा साधणे, हे त्या पोराला जमत नव्हते. जानकीबाईंना स्वयंपाकाला थोडा उशीर झाला की, त्या पोराची तारांबळ उडे. स्वयंपाकघरातून बाहेरच्या खोलीतल्या घड्याळापर्यंत त्याच्या येरझाऱ्या सारख्या चालत. जानकीबाईंची धावपळ होई. कधी कधी नुसता भात आणि लोणचे खाऊनच त्या पोराला शाळा गाठावी लागे. राम काही बोलत नसे. लहान असूनही त्या पोरापाशी समज होती. सायकल घ्यावी, असे एक-दोन वेळा त्याने सहज सुचविले होते आणि त्यावर आईने त्याला म्हटले होते,

"राम, अरे तुझे वडील काही जहागीरदार नाहीत. माधुकरी मागून त्यांनी शिक्षण घेतले. नोकरी लागली, मिळवू लागले तरी आजतागायत इस्त्रीभट्टीसाठी परटाला त्यांनी कधी दोन आणे दिले नाहीत. थोडी तरी जाण असावी रे परिस्थितीची! चालत गेलास म्हणून काही पाय झिजत नाहीत. समजले?"

आणि यानंतर रामने कधी सायकलीचे नावही काढले नाही. पण मास्तरांनाच राहून-राहून वाटे की, सवड काढून एक सायकल या पोराला घेऊन दिली पाहिजे. दिलीच पाहिजे. मुंबई-पुणे रस्त्याला असलेल्या एका मोठ्या बंगल्याच्या आऊटहाऊसमध्ये राहणारे मास्तर सकाळ-संध्याकाळ खडकीला कामाला जाणाऱ्या आणि परत येणाऱ्या कामगारांच्या सायकलीचा प्रचंड लोंढा पाहत; तेव्हा आपण एक सायकल खरेदी करू शकत नाही, याबद्दल त्यांना वाईट वाटे. रोज हे इतके लोक जातात, येतात; त्यांच्यापाशी सायकली आहेत. नव्या-जुन्या, चकचक्या सायकली डांबरी सडकेवरून रोज हजारोंनी धावतात. आपल्या घरासमोरून जातात. आपल्याला दूध घालणारा सायकलीवरून येतो. रद्दी, बाटली म्हणून ओरडत येणारा, अंगावर धड कपडे नसलेला फाटका रद्दीवाला सायकलीवरून येतो व बंगल्याचे संडास साफ करायला येणाऱ्या बुटक्या भंग्यापाशीसुद्धा चकचकीत नवी रेसिंग सायकल आहे आणि मी माझ्या शाळेत जाणाऱ्या मुलाला एक सेकंडहँड सायकल घेऊ शकत नाही? मास्तर बेचैन होत. त्यांचे मन अस्वस्थ होई आणि उगीचच ते मुलाला म्हणत, "काय वाचताय रामभाऊ, संस्कृत का? गुड! या वर्षी संस्कृतमध्ये शेकडा ऐंशी मार्क मिळवलेस, तर एक कोरी सायकल बक्षीस तुला!"

रामने तसे मार्क संस्कृतमध्ये मिळविले, पण वडिलांना त्याने सायकलीचे विचारले नाही आणि मास्तरही बोलले नाहीत. त्यांना आठवण नव्हती, अशातला भाग नाही. पण काय बोलायचे? पण हे गप्प राहणे त्यांना असह्य होई. महिन्याभराने हसून ते म्हणत, "रामराव, आम्ही तुमचे देणं लागतो हं. मुदत द्या आणखी एका वर्षाची. व्याजासहित देणं देऊन टाकू."

इंग्रजी तिसरीपासून रामला मास्तर आश्वासन देत होते आणि तीन वर्षांत मुलाचे हे कर्ज त्यांना काही फेडता आले नव्हते.

चालता-चालता मास्तर सायकलच्या दुकानापाशी आले. उलटसुलट सरासर

जाणाऱ्या सायकलींतून, किणकिणणाऱ्या घंटांचा गोंगाट ऐकत ते सायकलच्या दुकानासमोर आले आणि चाल मंदावून त्यांनी तिकडे नजर टाकली.

चकचकीत सायकलींची एक रांग समोर लावली होती. ब्राऊन पेपरची वेष्टने अजून मधल्या चौकटींना होती. आतल्या बाजूला, वर नवी टायर्स होते. मागे खोक्यातून घंटा होत्या, पायटे होते, साखळ्या होत्या, पंप होते, दिवे होते. सायकलींनी आणि सायकलच्या सुट्ट्या भागांनी ते दुकान गच्च भरले होते. टेबलाशी मिशावाला मालक बसला होता आणि त्याच्या बाजूला दुकानाच्या फळीवर डकवलेल्या पोस्टरवर स्वेटर घातलेला एक मुलगा तुफान सायकल मारीत होता. त्याचा चेहरा हसरा होता आणि आपला उजवा हात त्याने उंच केला होता.

काळे मास्तर दुकानाची पायरी चढून आत गेले आणि त्या चकचकीत नव्या सायकलींवरून नजर फिरवीत मालकाला म्हणाले, ''काय किमती आहेत हो?''

मालक तत्परतेने जागचा उठला आणि सायकलींवरून फडके झटकीत म्हणाला, ''कुठल्या मेकची पाहिजे साहेब आपल्याला?''

ज्या आतल्या खिशात पाकीट होते, तिथे हात ठेवून मास्तर म्हणाले, ''साधारण बऱ्यापैकी घेतली तर काय पडेल?''

''ही 'रॉबिनहूड' घ्या साहेब. दोनशे दहा किंमत आहे. पंप, घंटा, चेनकव्हर धरून सव्वादोनशेपर्यंत होईल!''

मास्तर मान हलवून म्हणाले, ''अस्सं?''

''हिंद घेतली तर याच्यापेक्षा कमीत येईल; पण टिकण्याच्या दृष्टीनं ही गाडी हिंदला सुपिरिअर आहे साहेब. आपल्यासारख्याला माल चांगला दिला पाहिजे.''

आणि त्याने कपड्यांवर काळे डाग पडलेल्या पोऱ्याला म्हटलं, ''बाबू, गाडी काढून दाखव साहेबांना!''

मास्तरांचा चेहरा ओशाळवाणा झाला आणि गडबडीने ते म्हणाले, ''नको-नको, मी काही घेणार नव्हतो आत्ताच. फक्त भावाची चौकशी करावी म्हटलं!''

''नका घेऊ. पण बघायला काय हरकत आहे? काढ रे, काढ!''

मास्तरांना अपराध्यासारखे झाले.

''छे, काढताय कशाला? इथून दिसते की! छान आहे. मी येईन पुन्हा, आमच्या मुलाला घेऊन. थँक्स.''

आणि घाईने ते दुकान उतरू लागले.

मालक त्यांच्या शेजारी आला आणि म्हणाला, ''सेकंड-हँडसुद्धा गाडी आहे साहेब आपल्याकडे. अगदी स्वस्त आहे. आपण या पुन्हा मुलाला घेऊन. पण आत्ता ती बघून ठेवा.''

आणि मास्तरांना संकोच वाटला. ते उभे राहिले. मग पोराने एक बुटकीशी

सायकल हातात धरून त्यांच्यापुढे उभी केली.

"फार वापरलेली नाही साहेब. अगदी नवीन आहे. घंटा आहे. चेन-कव्हर आहे. काही जास्ती लावावं लागणार नाही."

आणि असे म्हणता-म्हणता त्या पोराने खणखण घंटा वाजविली. मागचे चाक उचलून पायटा मारला. रातकिडा ओरडावा तसा फिरल्या चाकाचा आवाज आला आणि स्पोक चमकले.

मास्तर म्हणाले, "छान आहे."

मालक पुढे आला आणि सीट पुशीत म्हणाला, "घेऊन चला. स्वस्त देतो अगदी. फक्त साठ रुपये!"

"साठ?"

रक्कम मास्तरांना आवाक्यातली वाटली. पुढे होऊन हँडलला हात लावीत ते म्हणाले, "जास्त वापरलेली दिसत नाही."

"मुळीच नाही हो. कोरी करकरीत गाडी आहे. दहा-पंधरा वर्षे खुशाल वापरा. तुम्ही अखखं पुणं पालथं घातलंत, तरी एवढ्या कमी किमतीत असली गाडी मिळणार नाही – शपथेवर सांगतो!"

मास्तरांना वाटले, द्यावेत साठ रुपये आणि न्यावी घरी सायकल. मनाने निर्णय घेतला; पण शब्द तोंडातून निघेना! उगीचच ते त्या बुटक्या सायकलीकडे बघत राहिले. गोल घंटीवर त्यांचा वेडावाकडा चेहरा दिसला आणि ते स्वत:शीच म्हणाले, "साठ रुपयाला काही महाग नाही."

मालकाने तेव्हाच ताडले. आणखी थोडे बोलले की, हा माणूस रिकामा जाणार नाही याची त्याला खात्री वाटली.

"साहेब, गाडी काल सकाळीच माझ्या दुकानात आलीय. उद्या सकाळपर्यंत ती जाणार नक्की. बघा तुम्ही."

आणि हलकेच मास्तर म्हणाले, "चला, घेऊन टाकू."

मग मालकाने पावती केली. मास्तरांनी पैसे दिले. ते टेबलाच्या खणात टाकून मालकाने सलाम केला. पोराने गाडी दुकानाबाहेर काढली. ती धरून मास्तर रस्त्यावर आले, धोतराचा घोळ त्यांनी नीट खोवला आणि सायकलीवर टांग टाकली.

घंटा खणाणत काळे मास्तर जंगलीमहाराज रस्त्याने सायकल मारू लागले. आपले वय, धंदा, रक्तदाब – मास्तर सगळे विसरले. फिरून पोर झाले. एकाएकी त्यांच्यात नवे अवसान आले. उलटसुलट वेगाने धावणाऱ्या सायकलींतून त्यांचीही सायकल धावू लागली. घंटांच्या खणखणाटात त्यांच्याही घंटेचा आवाज मिसळला. संभाजी उद्यान, मॉडर्न हायस्कूल, ऑब्झर्व्हेटरीचे वळण, शेतकी कॉलेजचे वळण,

रेल्वे फाटक आणि मुंबई-पुणे रस्ता.

सायकल वळवून मास्तर बंगल्याच्या आवारात शिरले. आऊटहाऊसपाशी आले आणि खाली उतरून त्यांनी घंटा वाजविली.

राम बाहेर आला आणि मास्तरांच्या हातात नवी कोरी सायकल बघून त्याला आश्चर्याचा धक्का बसला.

जोरजोराने श्वास सोडीत आणि धोतराच्या सोग्याने कपाळावरचा घाम पुशीत मास्तर म्हणाले, ''ही सायकल धर तुला –''

लागल्या धापेमुळे ते छोटे वाक्यसुद्धा तुटत, घरंगळत त्यांच्या तोंडून बाहेर पडले. दारात उभा राहिलेला राम एकच उडी मारून पुढे आला आणि सायकल घेऊन म्हणाला, ''विकत आणली?''

मास्तरांनी हसऱ्या चेहऱ्याने नुसती मान हलवली आणि टोपी काढून ते आत गेले. कोट न काढताच आरामखुर्चीत पडले आणि टोपीने वारा घेऊ लागले.

जानकीबाई स्वयंपाकघरातून बाहेरच्या खोलीत आल्या; तेव्हा बंगल्याच्या फाटकातून सायकलवर बसलेला राम आणि त्याचे सीट धरून मागे पळणारी सुधा व मनू त्यांना दिसली. गोंधळल्या चेहऱ्याने त्या मास्तरांकडे बघू लागल्या.

धोतराच्या सोग्याने मास्तर उजळलेले तोंड पुशीत होते. लागलेल्या धापेमुळे काही क्षण त्यांना बोलता आले नाही. शेवटी रेलून पडले आणि बसत ते म्हणाले, ''रामला सायकल आणली आज. फार दिवस नाद होता पोराचा!''

प्रसन्न मनाने मास्तर पाचवीच्या वर्गात आले. बाकावर बसलेल्या मुलांचा गोंगाट बंद झाला. टेबलाशी बसून काळे मास्तर हजेरी घेऊ लागले. भराभर नावे उच्चारली गेली. मुलांनी हजेरी दिली. शरद साळोखे या नावापाशी येऊन मास्तर थबकले. सहसा कधी गैरहजर न राहणारा हा हुशार मुलगा लागोपाठ चार दिवस आलेला नाही, हे त्यांच्या ध्यानात आले. समोर बघितले, तेव्हा साळोख्याशेजारी बसणारा फुगीर गालाचा निमकर गंभीर चेहऱ्याने त्यांच्याकडे बघत होता. एका बाकावर बसणारी मुले – कदाचित साळोख्याच्या गैरहजेरीचे कारण निमकरला माहीत असेल, अशा विचाराने काळे म्हणाले, ''निमकर –''

केसांची झुलपे कपाळावर आलेला, मोठ्या-मोठ्या डोळ्यांचा निमकर उभा राहिला, ''येस सर?''

''तुमचा मित्र कुठे परगावी गेलाय काय?''

निमकर काही बोलला नाही. खाली मान घालून तो उभाच उभा राहिला. काळे मास्तरांना वाटले, खारीसारख्या अस्थिर चपळ असलेल्या या पोराने आपण काय म्हणालो, हे नीट ऐकलंही नसेल. त्याच्या डोक्यात काही वेगळेच चालले असेल.

आवाज थोडा मोठा करून त्यांनी पुन्हा पहिला प्रश्न विचारला, ''शरद साळोखे कुठे परगावी गेलाय काय? लागोपाठ चार दिवस आला नाही!''

निमकराने क्षणभर वर पाहिले आणि तो म्हणाला, ''नाही सर, गावी नाही.''

त्याच्या त्या तुटक वाक्याला काही वेगळाच अर्थ असल्याचे मास्तरांच्या ध्यानी आले. या पोरच्या तोंडून शब्द काही नेहमीसारखे आले नाहीत. त्यात मोकळेपणा नाही, हे त्यांना जाणवले. जागचे उठून ते निमकराच्या बाकापाशी गेले. तेव्हा त्या पोरचा चेहरा गोरामोरा झाला होता.

''गावी गेला नाही? मग आला का नाही चार दिवस?''

निमकर वेगळ्या आवाजात बोलला, ''सर, साळोखे वारला.''

मास्तरांचे मन क्षणभर बधिर झाले. अंगाने सडसडीत, उंच असलेला, नेहमी नीटनेटका पोशाख घालून येणारा, दिसायला एखाद्या मुलीसारखा नाजूक दिसणारा हा हुशार मुलगा वारला? चार दिवसांपूर्वी तर तो इथे या बाकावर बसला होता. रसरशीत, वाढीला लागलेला, जोमाने फोफावणाऱ्या रोपट्यासारखा आणि आज तो नाहीसा झाला; त्याच्या त्या रसरशीत देहाची नावनिशाणीही उरली नाही... त्याची कुशाग्र बुद्धी, त्याचा मानी स्वभाव, सगळे कायमचे नाहीसे झाले?

हळू आवाजात मास्तरांनी विचारले, ''काय झालं रे एकाएकी? आजारी तर नव्हता?''

''नाही सर, मला आजच कळलं. त्याला अपघात झाला.''

''हो? अपघात?''

''हो. घरी, खडकीला जाता-जाता एकदम दोन्ही ब्रेक दाबले त्याने सायकलचे. पुढे जोरात आपटला. डोक्याला जबरदस्त मार बसला. हॉस्पिटलमध्ये नेलं, पण काही उपयोग झाला नाही.''

''सायकलवरून पडला?''

''फार जलद मारायचा तो सायकल – बेफाम. त्याला भीतीच नाही वाटायची कशाची!''

एकाएकी मास्तरांना सायकलीच्या हँडलवर घातलेले नाव दिसू लागले – 'शरद साळोखे, सदाशिव, पुणे'. आणि कसले तरी प्रचंड ओझे त्यांच्या मनावर पडले. सरपटणाऱ्या प्राण्याची व्हावी तशी त्या वजनाखाली त्यांची तडफड सुरू झाली.

मुले एकमेकांच्या कानाशी लागली. हालचाल, कुजबुज झाली. स्वच्छ उन्हात तळपणारी पोपटी हिरवळ, आभाळात काळा ढग येऊन एकाएकी काळवंडावी तशी भीतीची काळी छाया मुलांवर पडली.

कसाबसा तास संपवून मास्तर शिक्षकांच्या खोलीत आले आणि जाजमावर मट्कन बसले. शाळेच्या गड्याला हाक मारून त्यांनी सांगितले, ''अरे, मला जरा

पाणी दे आणि आमच्या रामला म्हणावं, मी बोलावलं आहे.''

पाणी देऊन गडी निघून गेला. ओल्या ओठांवर जीभ फिरवीत मास्तर पुन्हा:पुन्हा आठवू लागले. त्या चकचकीत हँडलवरचे जे नाव आपण दुकानात वाचले, ते शरद साळोखेचेच होते काय? का हा केवळ भास आपल्याला होतो आहे? हे एवढे उदास वाटते आहे, ते साळोखे वारला म्हणून; का आणखी कसली अभद्र जाणीव आपल्या मनाला झाली आहे? माणसाच्या देहाची काही शाश्वती नाही. जन्माला आलेला माणूस हा कधी ना कधी जाणारच; पण हे इतके कोवळे पोर एकाएकी मरून जावे, हे विलक्षण आहे. दु:खद आहे, उदास करणारे आहे. आणि खाकी हाफपँटमध्ये पांढरा शर्ट खोवलेला राम आत आला. उजळत्या चेहऱ्याने म्हणाला, ''काय अप्पा?''

आवाजात भीती येऊ नये, चेहऱ्यावर चिंता दिसू नये याची खटपट करीत मास्तरांनी विचारले, ''कशी काय आहे तुझी सायकल?''

''छान आहे. मस्त पळते.''

''हं, तुला नीट बसायला येतं का?''

''हो, मी शिकलोय.''

''हो, पण एवढ्या गर्दीतून नीट येण्याइतका ताबा आहे ना तुझा हँडलवर?''

''आहे ना!''

''ठीक आहे. पण त्या हँडलवर नाव बघितल्यासारखं वाटतं मी. काय आहे रे ते?''

''शरद साळोखे, असं पहिल्या मालकाचं नाव आहे. ते घासून खोडणार आहे मी.''

''बरं, जा.''

बापाच्या मनात काय आहे याचा सुगावा न लागता राम निघून गेला. मास्तरांच्या मनावरचा भार मुळीच कमी झाला नाही.

संध्याकाळ झाली. शाळा सुटली. मास्तर हळूहळू चालत सायकलच्या दुकानात आले. मिशावाला मालक तिथे नव्हता. काळे डाग पडलेले कपडे घातलेले ते पोर पंक्चर काढीत बसले होते. मास्तर येताच ते म्हणाले, ''या.''

''मालक कुठे आहेत?''

''घराकडे गेलेत. येतील पाच मिनिटांत, बसा.''

एकदा मास्तरांना वाटले, ती सायकल कुणी दुकानात आणली, तिच्या मालकाचे नाव काय – हे पोराला विचारावे. पण पुन्हा त्यांनाच वाटले की, त्याला ठाऊक असणे शक्य नाही. दुकानातल्या बाकावर ते बसून राहिले. पाच मिनिटे झाली, सात मिनिटे झाली. मालक आला नाही.

"पाच मिनिटं होऊन गेली की रे!"

"येतील आता. काय पाहिजे काय साहेब?"

"मी काल नेली ती सायकल कुणाची होती, हे विचारायचं होतं."

"मला काही ठाऊक नाही साहेब. मिनिटभर बसा. ते येतीलच इतक्यात."

दहा-पंधरा मिनिटे वेड्यासारखे मास्तर दुकानात बसून राहिले आणि मालक आला.

"काय साहेब, गाडी पसंत पडली ना आपल्या मुलाला?"

"हो, पण तिचा मूळ मालक कोण, हे सांगता का?"

मालकाचा चेहरा विचारी झाला. त्याने घाईने खुलासा केला, "मी पावती घेतलीय साहेब त्याच्याकडनं. भला माणूस दिसत होता. चोरीचा माल विकायला आलेला माणूस लगेच ओळखतो आम्ही."

"छे, चोरीचा माल म्हणत नाही मी. पण ती पावती मला दाखवाल का?"

"हो-हो, काय हरकत आहे?"

मालकाने पावती दाखवली. विश्वनाथ गजानन साळोखे, सदाशिव, पुणे. मास्तरांना हजेरी बुकावरचे नाव आठवले. शरद विश्वनाथ साळोखे, निश्चित. याच सायकलीवरून पडून शरद साळोखे मेला!

मालक म्हणाला, "चांगला माणूस होता साहेब. मलाही शंका आली. एवढी कोरी सायकल कमी किमतीला कोण देईल? पण तो म्हणाला, ही सायकल लाभदायक नाही मला. वाटेल ते पैसे द्या आणि घ्या. मी त्याच्याजवळची दुकानची खरेदीपावती बघितली आणि मग गाडी घेतली. त्यात काही भानगड असणार नाही साहेब."

मास्तर उठत म्हणाले, "भानगड काही नाही. सहज चौकशी केली. बराय." आणि ते रस्त्यावर आले.

मुलाला सायकल घेऊन दिल्याचा आनंद कुठल्या कुठे मावळला आणि मास्तर विलक्षण अस्वस्थ झाले. त्यांच्या मनावरचे वजन अधिक वाढले. कल्पना सैरभैर धावू लागल्या. ही व्रात्य पोरे सायकलीवर नीट बसत नाहीत आणि पुण्याच्या रस्त्यावर मनस्वी गर्दी असते, या गोष्टीची त्यांना विलक्षण चीड आली. नीट सायकलीवर बसता येते की, नाही याची चौकशी न करता रामला सायकल घेऊन देण्यात आपल्या हातून फार मोठी चूक झाली, असे वाटून त्यांचे मन खाऊ लागले. या विलक्षण गर्दीतून, मोटारी चुकवून राम आता नीट घरी गेला असेल का? शक्य नाही. त्याला नवी सायकल मिळाली आहे आणि आजचा पहिला दिवस आहे. पुस्तके कॅरिअरवर लावून तो गावातून भटकत असेल. संध्याकाळ झाली आहे. रस्ते माणसांनी, वाहनांनी वाहताहेत. यातून कसाबसा तोल सांभाळीत राम सायकल

पळवीत असेल. वाहन हाती आले की माणसाला भान राहत नाही. खांद्याला पंख फुटल्यासारखा त्या रस्त्यावरून जात असेल, तो निश्चित घरी आला नसेल. कसा येईल? सायकलवरून फिरण्याची हौस तो भागवून घेईल. असे काही चमत्कारिक योगायोग जीवनात घडतात. माझ्या मनात जो अभद्र विचार आला आहे, जी शंका आली आहे; ती क्वचित खरीही ठरेल. त्या सायकलीवरून धावणाऱ्या रामला मोटारीची ठोकर बसेल, सायकलचा चुराडा होईल आणि अपघात होऊन राम मरेल.

मास्तरांच्या मनाचा विलक्षण चडफडाट सुरू झाला. त्यांच्या दुष्ट कल्पनेने सगळी चित्रे डोळ्यांपुढे दाखविली; पण एकुलता एक तरुण मुलगा गेला म्हणजे बापाच्या जिवाचे काय होते, हे त्यांना नीट जाणवेना आणि त्यांना वाटले की, राम गेल्यावर आपण जेमतेम आठवडाभर जगू.

बंगल्याचे फाटक ओलांडून ते घरापाशी आले तेव्हा काही तरी नुकतेच घडले आहे, असे त्यांना वाटले. नेहमी उघडे असणारे दार आतून बंद केलेले होते. नेहमीप्रमाणे बाहेर हुंदडणारी सुधा, मनू आज कुठे हिंडत नव्हत्या. या घरात काही तरी विलक्षण दुःखद घटना घडली आहे, असे बाहेरून बघताच वाटत होते. दाराशी जाऊन काही वेळ मास्तर उभे राहिले. आपले पाय थरथरत आहेत, असे त्यांना वाटले आणि जमिनीवर ठाम उभे राहून आतून आवाज येतो का, हे ते ऐकू लागले.

सूर्य मावळला होता आणि चोहीकडून झपाट्याने अंधारून येत होते. वारा निश्चल होता आणि कुठेसे कावळे ओरडत होते. आतून काही आवाज आला नाही, तेव्हा मास्तरांनी हलकेच दार ढकलले आणि ते आत गेले. खूप संयम करून आत गेले. वळकटीला टेकून सुधा व मनू बसल्या होत्या. पुस्तकात घातलेली तोंडे त्यांनी थोडी वर उचलली आणि मास्तर दिसताच ती पुन्हा दडविली. ती रडली आहेत, एवढे मास्तरांना कळले.

जानकीबाई भिंतीला टेकून बसल्या होत्या. मास्तर येताच त्या उठून आत गेल्या. मास्तरांनी टोपी काढली आणि हुश्श करून ते आरामखुर्चीत टेकले आणि त्यांच्या हृदयाची धडधड त्यांना जाणवू लागली. पाच मिनिटे कुणीच कुणाशी बोलले नाही आणि मग ती शांतता असह्य होऊन मास्तर म्हणाले, ''अरे, अंधार झाला – दिवा वगैरे लावा.''

न बोलता सुधा उठली आणि तिने बटण दाबले. लखख उजेड पडला. मुली पुन्हा गप्प बसून राहिल्या. जानकीबाई आत काही खुडबुडू लागल्या.

मग पुन्हा मास्तर बोलले, ''राम आला नाही का अद्याप?''

मनू हळूच म्हणाली, ''नाही आला.''

''नाही आला? इतका वेळ झाला तरी अजून नाही आला? आणि तुम्ही का सारे गप्प बसलाय? काय झालंय काय तुम्हाला?'' पुढे काय ताट वाढून ठेवले आहे

याची कल्पना मास्तरांना येईना. त्यांच्या भीतीला आलेला पूर क्षणाक्षणाला चढू लागला आणि मग ते कापऱ्या आवाजात म्हणाले, ''तुम्ही असे का बसलाय सर्व जण? कुणी बोलत नाही, हलत नाही. काय गं, काय झालं?''

सुधा-मनूनं एकमेकींच्या तोंडाकडे बघितले आणि मग दाराकडे बघितलं. दारापाशी येऊन जानकीबाई हलक्या आवाजात म्हणाल्या, ''राम आज सायकल हरवून आला कुठं तरी.''

मास्तरांच्या मनावरचे जड दडपण एकदम नाहीसे झाले. त्यांना विलक्षण मोकळे वाटले. स्वप्नात मृत्यू आलेला माणूस जागा होतो आणि त्याला जे समाधान मिळते, जो आनंद होतो; तसाच आनंद मास्तरांना झाला. चिंतेने काळवंडलेला त्यांचा चेहरा एकाएकी उजळला. मोडून खुर्चीत पडलेले ते एकदम उठून उभे राहिले आणि साफ घशाने म्हणाले, ''हरवली? बरं, हरकत नाही. आहे काय त्यात?''

जानकीबाई गोंधळून त्यांच्याकडे बघत राहिल्या. अप्पा मुळीच कसे रागावले नाहीत याचे मुलींना आश्चर्य वाटले आणि सायकल धुंडून-धुंडून उतरल्या चेहऱ्याने राम माघारी आला. भीत-भीत घरात शिरला. मुकाट्याने कोपऱ्यात जाऊन उभा राहिला. वर मान करून अप्पांकडे बघण्याचे धैर्य त्याला झाले नाही.

त्याला बघताच मास्तर मोकळेपणाने म्हणाले, ''सायकल हरवली का रे रामू? हरकत नाही, हरवली तर. आहे काय त्यात! दुसरी घेऊ.''

आणि अप्पांचे हे शब्द ऐकताच रामूला रडण्याचा हुंदका आला. आपल्या हातून झालेल्या अपराधाने घाबरलेले ते पोर रडू लागले.

मास्तर त्याच्यापाशी गेले आणि त्याला जवळ घेऊन थोपटीत म्हणाले, ''अरे, रडायचं काय त्यात? साठ रुपयांची बाब! पुढच्या पगाराला नवी कोरी सायकल घेऊ आपण – एकदम बेस्ट!''

■

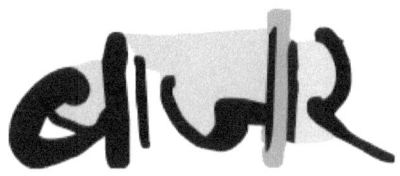

बाजार

व्यंकटेश माडगूळकर

पावसाची सर आली. उंटाचे अंग भिजू लागले. निळू म्हणाला, ''चला, पळा! ह्याला निवाऱ्याला ठेवला पाहिजे.'' आम्हाला कुणाच्यातरी घरात उंटाला ठेवायचे होते, पण वाडीतील सगळी घरे बुटकी होती. माझ्या घरात उंट मावत नव्हता. निळूच्या घरात मावत नव्हता. देवळात मावत नव्हता.

उंटाला कुठेच निवारा नव्हता.

मेंढरांना, शेरडांना, कोंबड्यांना, कुत्र्यांना आडोसा होता. माणसांना आडोसा होता, पण उंटाला नव्हता. कारण तो सर्वांत जास्त मोठा, उंच होता. अचानक बाहेरून परका आलेला होता.

पावसाची भुरभुर थांबली. संध्याकाळ झाली. मग एकाएकी उंटाने पुढच्या पायाचे गुडघे मोडले. त्याचा भलामोठा देह खाली आला. मान लांब करून त्याने भुईवर टाकली. उंटाने टक लावून आमच्याकडे बघितले आणि डोळे मिटले.

माणदेशी माणसं

शब्द चित्रे

व्यंकटेश माडगूळकर

स्वातंत्र्योत्तर मराठी साहित्यात जे अक्षर-ग्रंथ निर्माण झाले त्यात 'माणदेशी माणसं' चा समावेश होतो, या व्यक्तिचित्रांत जुन्या कथेतील गोष्ट तर आहेच, पण जीवनाच्या अस्सल गाभ्यालाच स्पर्श करणारी नवलकथेची किमयादेखील आहे. अंधारातून पहाट व्हावी, कळीचे फूल व्हावे, इतक्या सहजतेने रेखाटलेली ही चित्रे अस्सल मराठी आहेत. दरिद्री माणदेशातील, सामान्य जीवनातील न संपणारे दु:ख निरागसपणे व्यंकटेश माडगूळकर सांगतात. हे दु:ख पाहिले की मन भांबावते. माणसे सुखासाठी धडपडतात, पण त्यासाठी ती जन्माला आलेली नसतात, असा उदार विचार मनात येतो. जीवनातील हे कारुण्य माडगूळकरांनी कलावंताच्या अलिप्ततेने टिपले आहे, त्यामुळे त्यांची ही माणसे आपल्याला विसरता येत नाहीत. त्यांची आठवण झाली की, ती मनाला अस्वस्थ करून टाकतात....

www.ingramcontent.com/pod-product-compliance
Lightning Source LLC
Chambersburg PA
CBHW051928240626
47153CB00004B/1410